स्पर्शाचा गाव

स्पर्शाचा गाव

(ललित लेखसंग्रह)

बेबीसरोज अंबिलवाडे

दिलीपराज प्रकाशन प्रा. लि.
२५१ शनिवार पेठ, पुणे ४११ ०३०.

स्पर्शाचा गाव / Sparshacha Gaon

प्रकाशक
राजीव दत्तात्रय बर्वे
मॅनेजिंग डायरेक्टर,
दिलीपराज प्रकाशन प्रा. लि.
२५१ क, शनिवार पेठ, पुणे ४११ ०३०

© प्रकाशकाधिन

लेखिका
बेबीसरोज अंबिलवादे
सर्वज्ञ निवास, अंबड रोड, नूतन वसाहतीच्या समोर,
प्रयागनगर, जालना.

प्रथमावृत्ती : १५ डिसेंबर २०१४

प्रकाशन क्रमांक : २१८७

ISBN - 978 - 93 - 5117 - 028 - 0

मुद्रक
रेप्रो इंडिया लिमिटेड, मुंबई

अक्षर जुळणी
गजानन थळपते
कळमनुरी जि.हिंगोली.
मो.९९२११३५२५५

मुखपृष्ठ – हेमंत देशपांडे

———— : मनोगत :————

आयुष्याची एकाकी वाट तुडवताना कधी पाय रक्ताळतात तर कधी अंत:करणात आक्रोश निर्माण होतो. जीवनाचा पर्वत सर करताना अनेक सहप्रवासी भेटत गेले. त्यात कुणी पाय खेचण्याचे काम केले, तर काहींनी आयुष्याला सोनेरी किनार लावली. एकटेपण म्हणजे कधीही न संपणारा महामार्ग. दु:ख, यातना, समाजाच्या तिरस्कारित नजरांचा ब्रह्मराक्षस. या धकाधकीचा सामना करणं अशक्य झालं तर मन मोकळं करत, रात्रीच्या अंधारात मनसोक्त अश्रूंचा आधार घ्यायचा, तर कधी यातनांना वाचा फोडण्यासाठी लेखणीचा आधार घ्यायचा.

यातच कधी मन भूतकाळात रमायचे. माहेरच्या अंगणात पिंगा घालायचे. अध्यात्माची कास धरायची, चांगल्या स्मृतींना उजाळा द्यायचा, आनंदाच्या गुपिताचं गाठोडं उकलायचे, पक्ष्यांशी हितगुज करायचे, नकळत आठवणींच्या थेंबात भिजायचे. अशा या लांबच्या मुक्कामाच्या प्रवासात मार्गक्रमण करत असताना, कुणी लाथ दिली तर कुणी साथ दिली. पण हा खेद न मानता यशाची शिखरं चढत राहिले. अपयशाच्या पायरीने कधीच पिच्छा सोडला नाही. अन् अपुऱ्या शिक्षणाच्या यशस्वी पायरी बरोबरच चवथी ते पदवी शिक्षणाची शिडी आणि त्याचबरोबर साहित्याची ही यशस्वी शिडीही मी पार करून यशशिखर चढले.

सूपभर मोती संपून जातात पण एकटेपण कधीच संपत नाही. म्हणून मी लेखणीशी मैत्री केली अन् लेखनाची बाग फुलवली. ही बाग फुलवताना पत्रकारांनी तसेच दीपावली अंकांच्या संपादकांनी, आकाशवाणीच्या अधिकाऱ्यांनी दखल घेऊन मला प्रोत्साहित केले. तसेच माझे लेखकबांधव, रसिक बंधू–भगिनींनी कौतुकाची थाप पाठीवर दिली. यामुळेच मी हा प्रवास न अडखळता करू शकले. या सर्व प्रवासात माझी मुलगी सौ. मनिषा हिने मला मोलाचे सहकार्य

करून माझी वेगळी ओळख निर्माण करून दिली.

स्पर्शाचा गाव या ललित लेखसंग्रहासाठी भावाप्रमाणे श्री. नरेंद्र नाईक, श्री. देवीदासजी फुलारी यांनी माझ्या पाठीशी उभे राहून दिलीपराज प्रकाशन, पुणे यांना वेळोवेळी फोन करून ललित लेखसंग्रह प्रकाशनास्तव स्वीकारण्याची विनंती केली. दिलीपराज प्रकाशनाचे श्री. राजीवजी बर्वे, ज्युली मॅडम, त्यांचे सर्व सहकारी यांनी माझा हा ललित लेखसंग्रह प्रकाशनासाठी स्वीकारून मला खूप खूप उपकृत केले. मला रसिक वाचकांपर्यंत पोहोचण्याची नवी संधी दिली. त्यांचे हे न फिटणारे ऋण मी शब्दात व्यक्त करू शकत नाही अन् ऋणातून मुक्तही होऊ इच्छित नाही. कारण मुक्त होणे म्हणजे ऋणानुबंध तोडणे. ते कदापि शक्य नाही. तेव्हा मी त्यांच्या ऋणातच राहू इच्छिते.

मला कळत नकळत वेळोवेळी मागे खेचणाऱ्या अन् प्रोत्साहित करणाऱ्या, शब्द बांधणीची स्फूर्ती देणाऱ्या त्या क्षणांनी वेळोवेळी संकटातून नौका पार करून, निकोपवृत्तीने जीवनाकडे पाहायला लावणाऱ्या, ज्ञात-अज्ञात व्यक्तींनी माझी संवेदनशीलता जागृत करून, समाजातील व्यक्तिवेध जाणून घेण्याचे आत्मभान दिले. ही शब्दसंपदा अंत:करणपूर्वक सर्वज्ञ श्री चक्रधरस्वामीचरणी अर्पण.

--*

अनुक्रमणिका

– १ –

अनामिक नाते

जीवन म्हणजे खळखळत्या पाण्याप्रमाणे वाहणारा स्रोत. रंगीबेरंगी दुनियेत वावरताना कित्येक प्रकारची माणसं अवतीभोवती वावरत असतात. कुणी अनोळखी, न पाहिलेले चेहरे तर कुठे नित्याचेच, आपल्या अवतीभोवती वावरणारे ओळखीचे चेहरे. किती रंगाढंगांची माणसं आहेत ही! समुद्राप्रमाणे त्यांचा अंतच लागत नाही. समुद्रास जसे अनेक छोटे मोठे नदी नाले, ओहोळ, झरे येऊन मिळतात आणि त्या पाण्यात ते एकरूप झाले की समुद्राचे पाणी कोणते आणि येऊन मिळालेल्या नदीनाल्यांचे, ओहोळांचे पाणी कोणते हे ओळखता येत नाही तसेच अनोळखी चेहऱ्यांचे भावही आपणास टिपता येत नाहीत. पण समुद्र हा या सगळ्या अनोळखी नात्यांना आपल्यात सामावून घेतो. त्याच्याशी निसर्गाप्रमाणेच मानवी नातेही अतूट बंधनांनी बांधलेलं असतं, तसेच मानवाच्या बाबतीतही ही गोष्ट लागू पडते. कधी, कुठे आणि कसे धागेदोरे गुंफले जातील हे काहीच सांगणे शक्य नसते.

कोणत्या माध्यमातून माणूस एकमेकांशी घट्ट बांधला जातो याची कल्पनाही करणे शक्य होत नाही. काही गोष्टी अचानक, अनपेक्षितरीत्या घडून जातात आणि मग आपण नुसतीच चर्चा करत बसतो. हे घडले कसे? मग का कोण जाणे, हे अनोळखी चेहरे ओळखीचे वाटू लागतात. त्यांच्याशी भावनिक नाते गुंफले जाते. त्यातूनच साकारला जातो एक रेशमी, मुलायम धागा, जो अनेक विणींनी विणले जातो आणि मग या नात्याची वेगळीच ओढ लागते. मग नाही भेटले की जीव गुदमरून जातो. वाटते, किती तरी दिवसांपासून आपण भेटलोच नाही. हा दुरावा नकोसा वाटू लागतो. मग जिवाची घालमेल सुरू होते. त्याला कधी, कुठे, कसे भेटायचे, कुठला तरी एकांत हवा असतो. वाटते तिथेच भेटावे, जिथे दोन जिवांची

उलाघाल हलकी करता येईल. विचारांची देवाणघेवाण करता येईल, कल्पनाशक्तीत नवे रंग भरता येतील. एखाद्या फुलपाखराप्रमाणे अगदी छोटसं होऊन त्याच्या अवतीभोवती फिरता येईल. अशा वेगळ्या स्वप्ननगरीत माणूस हरवून जातो.

मग आपल्या ओळखीच्या चेहऱ्याला शोधण्याची नवी धडपड सुरू होते. त्याच्यावर ध्यानीमनी नसताना जिवापाड प्रेम करू लागतो. खरंच, या दोन अक्षरी शब्दात इतके सामर्थ्य कुठून आले असेल? कुणी शोध लावला असेल बरे या अक्षरांचा? मग सुरू होतो क्षणोक्षणी अपेक्षांचा डोंगर! इच्छा नसतानाही जिवाला वेगळा रोग जडतो. मनाला ओढ हुरहूर लागून जाते. अंगात आकाशाला गवसणी घालण्याचं बळ येतं. तो कोणत्या ताफ्यात दिसेल का? म्हणून चौफेर नजर नेत्रांचे निरांजन करून अंधारातही त्याला शोधत असते. हृदयाची धडधड वाढते. मनाच्या शिल्पांवर त्याच्या आठवणींचे हजारो कलाकुसरीचे शब्द कोरले जातात. आशा-आकांक्षांचे लक्ष लक्ष सप्तरंग तरल भावनांत भरले जातात. प्रत्येक श्वासात त्याचेच स्पंदन उमटते. हवेच्या मंद लहरीगत तो अनामिक येतो. हजारो शुभेच्छांचा गोड गुच्छ देऊन भावनांचे अनेक रंग सोडून जातो. पण जेव्हा मात्र तो दिसला नाही, आवाजाचा सूरही ऐकायला मिळाला नाही की, एक चुटपुट लागून जाते. काही तरी अमूल्य वस्तू हरवल्यासारखी वाटते. जसा पाण्याविना मासा तडफडतो, प्राणाविना शरीर निर्जीव झाल्यासारखे वाटते. एक हेमाडपंथी सुंदर मंदिर कारागिराने साकारले पण त्यात मूर्तीच नाही, तर त्याची काय शोभा? असेच मन रिते रिते वाटते. कोण आहे तो आपला? का अशी त्याची ओढ वाटते? काय ऋणानुबंध असेल? असे आपण का वेडावतो? अनेक प्रश्न आणि प्रश्नच समोर उभे राहतात. पण त्यांचं उत्तर मात्र सापडत नाही.

मग या उत्तराच्या शोधात ती रानोमाळ भटकते. कधी रस्त्याला विचारते, कधी फुलांवर बागडणाऱ्या फुलपाखरांना विचारते, संथ वाहणाऱ्या वाऱ्यालाही ती साद घालते. आकाशात शीतल पहुडणाऱ्या चंद्रालाही ती विचारते, 'लखलखत्या सूर्यदेवा, तू तरी दे उत्तर मला या प्रश्नाचे.' पण तोही नुसता तिच्याकडे पाहून 'नव्या प्रकाशाची दिशा शोध, जिथे मी नाही अशी एखादी तरी जागा मला दाखव' म्हणून मलाच प्रश्न करतो. काय असेल त्याचे उत्तर? आणि उनाड होऊन ती पळत राहते, ती त्याचा शोध घेण्यासाठी उतावीळ होते. पक्ष्यांच्या थव्यात, पौर्णिमेच्या चांदण्यात, अमावस्येच्या अंधारात, वृक्षांच्या गर्दीत, रविकिरणांच्या प्रखर तेजात, गजबजलेल्या वाटेवर, सामाजिक कोलाहलात, उंच इमारतींच्या मनोऱ्यात, शुक्रताऱ्यात, मयूराच्या

नृत्यात, मृदगंधात, कस्तुरीच्या शोधात, पानावरच्या दवबिंदूत, गरुड पक्ष्यांच्या भरारीत, मंद तेवणाऱ्या पणतीत... सगळीकडे हुंदडून डोळे थकून जातात. मन खट्टू होते. वैतागून जाते. खूप रागही येतो. निराशा पदरी येते. का उगीच छळते ही त्याची आठवण? कोण तो आपला? कशासाठी एवढा त्रागा? का तिळतिळ रक्त आटवतो आपण? त्याला आपल्या हृदयात थाराच नको? त्याचे हे कोरलेले नावच मिटवून टाकावे? नकोच हा नसलेला शनीताप? स्त्री उगाच का दुसऱ्यासाठी आपल्या काळजाला जाळत राहते? इतकं का तिचं काळीज कोवळं बनवलं असेल विधात्यानं! पण प्रयत्न करूनही ते शक्य होत नाही. ते कोरलेले नाव मिटता मिटत नाही. एखाद्या जखमेवर मीठ पडावं अन् ती आणखीनच चिघळत जावी तसेच मनही एखाद्या चिवट वेलीप्रमाणे त्याच्या आठवणींना बिलगत जाते. ती अधिकच त्या झाडाला वेलीप्रमाणे वेढून घेते. जणू तिलाही त्याच्याशिवाय वर जाताच येत नाही. त्याचा आधार असतो म्हणून तिचं अस्तित्व जोम धरू लागतं. ही वीण कितीही उकलली तरी अधिकच मजबूत होत जाते. सर्वांगाला विनाकारण स्पर्श जाणवत राहतात. जसे पाण्याला चिखलापासून वेगळे करताच येत नाही तसेच त्या अनामिक नात्यालाही तोडता येत नाही.

आता तर कधीकाळी बंद असलेला उंबरठा ओलांडला अन् तिला वेगळ्याच दुनियेचं दर्शन झालं. बंधमुक्ता तर नाही पण मोकळ्या हवेत श्वास घेण्याचा अधिकार तरी तिला मिळाला अन् मग ती पुन्हा आसुसलेली राहू लागली. भेटीसाठी उतावीळ होऊन उगीचच आटापिटा करीत असे. अनुबंधाची ओढ सतत वाढत गेली. एखाद्या बोराटीच्या झाडावर क्षणिक पक्षाने बसावे अन् तिथेच घरटे बांधण्याचा मोह त्याला उत्पन्न व्हावा, असेच तिच्या बाबतीत घडले. अनोळखी पण झणझणीत शब्द कानात गरम शिसा ओतल्यागत वाटायचे, तर कधी अवीट गोडीने पुन्हा पुन्हा चांगली वाक्यंही कानावर पडायची. एखाद्या पिंजऱ्यात पक्ष्याला कोंडून ठेवावे अन त्याने फक्त पंख फडफडतच आक्रोश करीत राहावा. पण कधी वाटते, तो आणि ती काही वेगळे नाहीत. दोन मने एकाच विधात्याने घडविली असावी. शरीर वेगळे असले तरी तो क्षणोक्षणी सावलीप्रमाणे मागेच असल्याचा भास होतो. हवेला जसा रंग नाही म्हणून ती दिसत नाही पण अंगाला झुळूक लागली की ताजेतवाने वाटते. तसाच तोही हवेच्या झोतात येऊन असा छेड तर काढीत नाही ना? त्याला आकार नाही, रंग नाही, तरीही एका गोड लहरीत येतो अन् भुरळ पाडतो. कधी स्वप्नात जादू केल्याप्रमाणे उगीच भास होतो.

अचानक तो अनोळखी चेहरा भेटला. मन काहीसे दुरावलेले. कारण तो दिसण्यासाठी काही ठरावीक वेळ, काळ, दिवसही ठरला नव्हता. त्यामुळे दुःखमिश्रित आनंदाचे कारंजेही. दोघांचे मार्ग वेगळे, रस्ते वेगळे. मग काय संबंध या नात्याचा? उगीच का अंगातील रक्त जाळत आहोत? भरकटलेल्या विचाराला लगाम तर लावला, डोकं शांत केलं अन् त्याच्याकडं पाहिलं, अन् क्षणात विचाराचे वादळ शमले. तो समोर दिसल्याने रागही कुठल्याकुठे पळाला होता, पुन्हा वाटले, त्याच्या विषयी राग येणे म्हणजे नक्कीच आपण त्याच्याशी कुठेतरी एकरूप झालो. नसता दुनियेत किती तरी माणसे आहेत, पण त्याच्याच बाबतीत असं का रागावावं? कारण जिथे प्रेम, ऋणानुबंध जुळतात तिथेच रागही आपली जागा बळकावतो. विचारांचे पहिले पर्व संपले पण परत दुसरा प्रश्न उभा होता, काय बोलावे? कसे बोलावे? कोणत्या विषयावर बोलावे? मग पुन्हा घालमेल, शब्दांची जुळवाजुळव सुरू झाली. ऐनवेळी हे शब्दही इतके फितूर होतात की कुठे दडी मारून बसतात कुणास ठाऊक? शब्द ओठावर होते पण बर्फागत गोठून बसले होते. त्यांना बाहेर पडण्याचा रस्ताच सापडत नव्हता. डोळ्यातील अनोखे भाव फक्त चेहऱ्यावरील रेषा टिपत होते. नजरेला नजर भिडविण्याचे सामर्थ्यही त्यांना मिळत नव्हते. प्रश्न खूप होते पण सुरुवात करण्यासाठी विषय सापडत नव्हता. सुरुवात कशी? कुठून करावी हे सुचत नव्हते. तो मात्र खूप काही भरभरून बोलत होता. हसून सांगत होता. पण ती तंद्री भंगल्यासारखी नुसती पाहात होती. तो असा अचानक अनामिकासारखा आला. खूप काही सांगून गेला. दोन मनाचे रेशमी धाग्याच्या नात्यापेक्षा अंत:करणातील जिव्हाळा एकरूप करत गेला. स्मृतिपटलाच्या कोऱ्या पाटीवर त्याचे न मिटणारे नाव अलगद कोरले गेले. शब्दही न बोलता चेहऱ्यावरचे भाव हे सर्व काम करीत होते. प्रेमरूपी शाईने, मोहाच्या लेखणीने, हृदयाच्या कॅमेऱ्यात त्याचा फोटो बंदिस्त झाला. दोन जीवांचे अनामिक सप्तसुरांच्या तारा छेडून गेला. अनामिक नाते गुंफून गेला.

***

– २ –

प्रतीक्षेत उभी ती

किती दिवस झाले तो मला भेटला नाही. तळपत्या उन्हाने तापलेले मन, त्याची तीव्रतेने वाट पाहणारी धरती, प्रतीक्षेत ताटकळत असलेली झाडे-झुडपे, सापाप्रमाणे जमिनीवर रेंगाळणाऱ्या वेली, निसर्गाची अभूतपूर्व सौंदर्य वाढविणारी सृष्टी, हिरवीगार पालवी, अतुलनीय शोभून दिसणारी निसर्गलेणी अत्यंत विलोभनीय वाटत होती. ग्रीष्माने आपले सर्वस्व त्यांच्यावर लादून जीवघेणा खेळ सुरू केला होता. गोड हसणारी कोमल पालवी, त्यांच्यातील रमणीय हास्य मावळून हळूहळू त्यांच्या तीव्र उष्णतेने कोमेजू लागले होते. त्यावर इकडून तिकडे बागडणारी विविधरंगी फुलपाखरे त्याची आतुरतेने वाट पाहात होते. हवेचा झोका अलगद कळ्या-फुलांना आपला अल्लड स्पर्श करून मनोमन आनंदाचे काजवे फुलवत होता. पण ग्रीष्माच्या सहन न होणाऱ्या प्रखर उष्णतेने आपलं तेज नष्ट होतं असल्याने त्या कोमेजू लागल्या होत्या. त्यांना हा उष्मा सहन होत नव्हता. त्याच्या गोड सरीत त्याला कडाडून बिलगण्यासाठी त्या उत्सुक दिसत होत्या. कधी एकदा हमसून येईल आणि आपल्या सर्व सृष्टीवरील झाडावेलींना न्हाऊ घालील, याची प्रतीक्षा करत होते.

आपल्या प्रियाच्या प्रतीक्षेत असलेली कोकिळा राणी, तिचाही ओरडून ओरडून घसा कोरडा पडला होता. कुहूकुहू करून तिच्या प्रियकराला प्रणयराधनेसाठी जणू साकडेच घालीत होती. त्याच्या मीलनाची मोठ्या आशेने वाट पाहात, या झाडावरून त्या झाडावर उड्या मारून प्रतीक्षा करत होती. कधी हा प्रियकर येईल आणि अश्रूने डबडबलेले डोळे, तिला लागलेली तहान भागवेल ही उत्सुकता जपत ती दूरवर दिसणाऱ्या ढगांना पाहून आनंदून जायची. पण लहरी हवेच्या झोताने ढग दूरवर निघून गेले की, निराश होऊन पंख कापल्यागत बसून राहायची. कंटाळून

एकटक आकाशाकडे पाहून ती विनवणीच्या सुरात म्हणायची, ''जिवाच्या जिवलगा, तू कुठे लपून बसलास? तुझ्या वाटेकडे नजर लावून माझे नयन थकत आहेत. आता तर या कोरड्या पडलेल्या नयनात अश्रूही येत नाहीत. तू लवकर ये, मला माझ्या जीवनसाथीला तुझ्या चिंब चिंब सरीने मनसोक्त न्हाऊ घाल. माझी तहान भागव. मी अजून किती महिने तुझी वाट पाहू? आता मला धीर धरवत नाही. तुला कवेत घेण्यासाठी मी बाहू पसरून उभी आहे. दृष्टी आकाशाकडे, मन तुझ्यात गुंतले आहे. तू अगदी नि:संकोचपणे ये आणि तुझ्या शीतल जलाने आमच्यावर प्रेमाचा वर्षाव कर. शिणलेल्या तनामनाला चिंब चिंब भिजवून टाक. तू आता भरभरून ये कुणाचीच पर्वा न करता, आणि आम्हाला सामावून घे. तुझ्या गोड मिठीतून आम्हाला सुटावेच वाटू नये. तुझे हमसून बरसणे आम्ही तुझ्या येण्याने इतके तृप्त होऊन जावे की, पुन्हा तुझ्या येण्याचा सुगंध आठ महिने आमच्या सतत सोबतच राहावा. असे पुरेसे दान तू देऊन जा, न लाजता.. न संकोचता..!''

तीही वेड्यासारखी त्याच्याच प्रतीक्षेत होती. तो न आल्याने त्याला भेटण्यासाठी बैचेन, बेसुमार. किती तरी दिवसापासून फक्त त्याची अन् त्याचीच वाट पाहात तिष्ठत उभी असायची. कधीही, कुठेही तो येईल, तिला भेटेल. रस्त्यावर कितीतरी नजरा तिच्यावर खिळायच्या पण ती त्याच्यासाठी इतकी तल्लीन झाली होती की, इतर नजरांकडे तिचं लक्षच नसायचं. देहभान हरवल्यागत ती त्याच्या प्रतीक्षेत उभीच होती. त्याने एखाद्या गुप्तहेरासारखे अचानक यावे, तिच्या तप्त तनामनाला बिलगून धुंद करावे, ती त्याच्यात इतकी समरस होऊन जावी की, जगाचा सुद्धा विसर पडावा. तिचा आत्मा शांत करून मग तू झाडेझुडपे यांना भेटत जावे. तुडुंब भरून बेलगाम वाहत सुटावे. नदी, नाले, विहिरी, तलाव यांना भेटत सुटावे. तुझ्या गुपित येण्याने तिच्या अंतरीच्या भावना तुलाच अर्पण करील. मग तू तुझ्या वर्षावाने प्रेमतरू सागरात विलीन करून घ्यावे.

तू सखा सोबती होऊन तुझ्यात सामावून घ्यावे. तुझ्या मूकपणे कोसळणाऱ्या धारेचे गुपित तिच्यात कानात सांगावे. मग प्रिया, करशील ना तिची इच्छा पूर्ण? देशील ना तुझ्या ओंजळीत सामावलेलं दान? भरभरून टाकशील ना तिच्या ओटीत? अरे, त्या वेड्या सखीची वर्षातून चार महिनेच तुझे प्रेमाचे दान उपभोगण्याची आशा आकांक्षा असते. नंतर ती आठ महिने तुझा विरह सहनच करत असते. मग येशील ना सख्या त्या काळ्याकभिन्न नभातून तू तिच्यासाठी धावत? अरे, ती बघ कशी भेगाळली तुझ्या विरहाने! जगाला भरभरून दान देणारी सखी पण तिला

वर्षातून चारच महिने तुझी सोबत हवी असते. मग तुला लुप्त होण्यास सावकाश परवानगी देते.

तसा तो अचानक आला. सोबत त्याचे असंख्य सवंगडी घेऊन त्यांच्या सोबत काळे निळे, सप्तरंगी इंद्रधनु घेऊन अंधारलेल्या नभातून सळसळ करीत कधी सूं सूं करीत धावत सुटला. वाटेल तिथे त्याने आपलं अस्तित्व व्यापून टाकलं. धो धो करत जणू कृष्णाचा पावा हिसकावून वेणुनाद करीत बरसू लागला, तर कधी मोठ्याने गर्जना करून आपली ताकद दाखवून घाबरवून सोडू लागला. पण तिलाही आपल्या प्रियाचे हे अक्राळविक्राळ रूप माहीत होतं. त्यात त्याची दडलेली प्रेमाची भाषा ती ओळखत होती. म्हणून तर सदोदित त्याचं जसं असेल तसं रूप स्वीकारण्यास ती आसुसलेली असायची. कडकडाट करणाऱ्या संगिनीही कर्कश आवाज करत इकडून तिकडे सरपटणाऱ्या सापाप्रमाणे दिसायच्या. बेसुमार धावत सुटायच्या आणि कुठे खोल भुईत गडप होऊन जायच्या, नाही तर नैसर्गिक, जीवित हानी करायच्या.

तोही आला इतक्या उंचावरून प्रेमिकेच्या भेटीसाठी आणि केवळ तिलाच कळले हा आपला सखा आला. आनंदाचे भरते बहाल करण्यासाठी! कोसळत सुटला अपार, सर्वांवरच केला प्रेमाचा वर्षाव. तृप्त करून सोडले सर्वांना. तप्त उन्हाच्या धगीने होरपळणाऱ्या सृष्टीला क्षणाच्या प्रेमवर्षावाने अगदीच शीतलतेचा अनमोल दागिना बहाल करून गेला. सुकलेली फुले झाडे, आसुसलेली धरणी यांना प्रेमपाशात कवटाळून आलिंगन दिले अन् तृप्त करून टाकली त्यांची भूक. खुलवून टाकले हरवलेले सृष्टीसौंदर्य. हळुवार शीतल स्पर्शाने ओलेचिंब भिजवून टाकले सर्वस्वाला, कोरड्या ठणठणीत नदीनाल्यांना रसभरीत प्रेमाचा पूर देऊन सुखावून गेला हा पाऊस वेडा प्रियकर. त्याच्या आगमनाने ती थोडी लाजली, हिरमुसली झाली, पण सोडून गेला तो तिच्या गालावर प्रेमाच्या खुणा. अंतरात ठेवून गेला अत्तराची सुगंधित कुपी. त्या धुंदीत ती विसरून गेली किती तरी दिवसाची तहानभूक आणि जपत राहिली आनंदाचा ठेवा. आठवणीच्या गाठोड्यातून दररोज सोडत राहायची एक एक सुगंधाची निशाणी. नाचत राहायची मनातल्या मनात मनमोराच्या स्मितहास्यावर. तिचा तो लहरी नाच पाहून तोही हर्षोल्हासित होऊन जायचा.

ती इतकी तल्लीन होऊन गेली होती की कधी तो आला आणि निघूनही गेला. भेटीच्या ओल्या खुणा सोडून गायब झाला. ती भानावर आली तेव्हा तिचा

विश्वासच बसेना. खरंच, तिची हाक त्याने ऐकली आणि तो हाकेला धावून आला. न सरणारे दान देऊन गेला. प्रेमरूपी सागराचा वर्षाव करून त्याच्या वाटेवरून निघून गेला. एक गोड गुपित मात्र तिच्या पोटात अंकुरण्यासाठी बीज रोवून गेला. या शांत जलप्रवाहात ती किती तरी दिवस पहुडत राहिली. निखाऱ्यागत तप्त अग्नीने वेष्टिलेले मन प्रफुल्लित करून टाकले. आता तिची ती राहिली नव्हती. त्याच्या आठवणीच्या असंख्य लहरी तनामनाला प्रफुल्लित ताजेतवाने करीत राहिल्या. आतुरतेने वाट पाहणाऱ्या संगिनीला नवअंकुरता दान दिले. त्याच्या प्रतीक्षेत किती तरी दिवस डोळ्यात प्राण आणून वाट पहात होती तो क्षण आज सुवर्णमय ठरला. लाखो डोळ्यांना प्रतीक्षा करायला लावणारा वेडा प्रियकर जेव्हा येऊन प्रेमिकांची अपेक्षा पूर्ण करतो. प्रेमवीरांच्या प्रियाराधनेला सप्तरंगात भिजवून टाकणारा हा पाऊस खरंच किती जणाला नाही तर अख्ख्या सृष्टीला प्रतीक्षा करायला लावतो आणि त्याच्या वेळेला येऊन सर्वांच्या आशाआकांक्षा पूर्ण करतो.

अशी ही अनोखी किमया करून कुठे तरी सखा निघून जातो. गच्च मिटलेले डोळे उघडते तेव्हा त्याने त्याच्यात सामावून घेतल्याच्या ओल्या खुणा दवबिंदूच्या रूपाने तृणांवर सोडून जातो. हे दृश्य ती कितीतरी वेळ न्याहाळत राहते आणि मग तो खरोखर येऊन गेला ती त्याच्या प्रतीक्षेत उभी होती हे तिला कळते अन् ती क्षणभर खजिलपणे पुन्हा आकाशाकडे पाहते, पुढच्या प्रतीक्षेत उभी ती...

***

– ३ –

चिमण्या घरट्याकडे परतताहेत...

गेल्या सहा ते सात वर्षांपासून मोबाईल टॉवरने प्रत्येक ठिकाणी प्राण्यांचे जंगल बळकावून आपलं अस्तित्व प्रस्थापित केलं आहे. यामुळे बिचाऱ्या चिमण्या बरेच दिवस दिसेनाशा झाल्या होत्या. काही वर्ष असे वाटू लागले की, चिमण्या फक्त गोष्टींमधून अन् चित्रांमधूनच बघायला मिळतात की काय? पण काही वर्षं गायब झालेल्या चिमण्या हळूहळू शहराकडे परतत आहेत. भव्य इमारतीत किंवा एक दोन मजली इमारतीमध्ये, झाडाझुडपांत, छोट्याशा घरामध्ये देखील आपले घरटे बांधत आहेत. त्यांचे घरटे म्हणजे शेतातील काडीकचरा आणून जमा करणे, त्यात पिल्ले देणे. कारण काही काळ त्यांचे जगणे धोक्यात आले होते. चिमण्या शहरावर रुसून गेल्या होत्या. आपलं वास्तव्य काही काळ ग्रामीण भागात त्यांनी थाटलं होतं. पाच-सहा वर्षांपूर्वी शहरातून हद्दपार झालेल्या चिमण्या आम्ही मात्र गावाकडे गेल्यानंतरच बघायचो. पण आता या चिमण्यांनी पुन्हा शहराकडे धाव घ्यायला सुरुवात केली आहे.

सकाळी सकाळी अंगावर उबदार पांघरूण घेऊन झोपणारे आपण, पण पशुपक्ष्यांचे मात्र तसे नाही. त्यांचे सर्वच नीतिनियम माणसांपेक्षा निराळे आणि अगदी काटेकोर असतात. सूर्य अस्तास गेला की पिल्लांच्या ओढीने घरट्यात परतायचे. सकाळी सूर्योदयाच्या अगोदरच घरट्यातून बाहेर पडायचे. किती समयबद्ध नियम पक्षी स्वत:ला घालून घेतात ना? माणसांना का बरं हे नियम पाळणे शक्य होत नाही? खरं तर, माणूस बुद्धिजीवी प्राणी आहे. तरीही आपल्या वेळेनुसार, सवडीनुसार तो नित्यकर्म उरकतो. असो, हा प्रत्येकाच्या व्यक्तिस्वातंत्र्याचा प्रश्न आहे.

अशाच काही परतणाऱ्या चिमण्यांपैकी एका चिमणीने मला मात्र फार

अस्वस्थ केलयं. मी नुकतेच एका भाड्याच्या घरात राहण्यास गेले. घर दुसऱ्या माळ्यावर अन् परिसर निसर्गरम्य, मोकळा असल्याने की काय, या चिमणीचे अन् माझे नाते असे काही दृढ झाले की ही चिमणी रोजच घरात घिरट्या घालायची. अन् अचानक भुर्रकन उडायची. मी बाहेर पडल्यानंतर दुपारच्या वेळी तिने कधी कोण जाणे पंख्याच्या मधल्या रिकाम्या जागेत घर केले. संध्याकाळी घरी येऊन पंखा लावला तर त्यातील काडीकचरा खाली पडू लागला. मी पटकन पंखा बंद केला. वाटलं, त्यात चिमणीची अंडी, पिलं असतील तर मरून जायची. तिने दररोज घरटे करायचे, मी काढून टाकायची. शेवटी मीच कंटाळले.

घरटे मोडण्याचा नाद सोडून दिला. आता ती दोन चिमणा-चिमणी न घाबरता येऊन त्यात बसायची. पुन्हा उडून जायची. मी पण तिच्या या खेळात इतकी रमून जायची की, त्या जोडप्याच्या दररोज येण्याने मला आनंदच वाटायचा. दिवसभर चिवचिवणारे जोडपे रात्री जेव्हा शांत व्हायचे तेव्हा माझ्या मनात अनेक प्रश्न निर्माण होत असत. मी घरट्याकडे नुसते बघायची पण ते रिकामेच असायचे. मग पुन्हा प्रश्न. त्यांनी दुसरीकडे घरटे केले असेल का? कुठे झोपले असतील? थंडी वाजत असेल का त्यांना? हे घरटे कशासाठी केले? पक्ष्यांनाही माणसासारखी अनेक घरटी असतात का?

काही कालांतराने मला ते घर सोडून दुसरीकडे जावे लागले. तेव्हा त्या पंख्यात चिमणीने काडी काडी जमा करून बांधलेले घरटे इच्छा नसतानाही मला काढून टाकावे लागले. पुन्हा सुरू झाला प्रश्नांचा भडिमार! आता ही चिमणाचिमणी पुन्हा भेटेल का? काय बरं ऋणानुबंध असतील आपले? किती तरी चिमण्यांपैकी तिने इथेच घरटे का केले? असे एक ना अनेक प्रश्न भोवताली पिंगा घालीत होते. अन् मी जड पावलांनी घराबाहेर पडले.

अन् काय आश्चर्य...! पुन्हा काही दिवसातच नव्या घरात इथेही एका चिमणीने माझ्याशी मैत्री केली. आता ती एकटी नव्हती. तिच्या सोबत तिच्या इतर सख्याही होत्या. दररोज सकाळी त्या गॅलरीत चिवचिव करीत बसायच्या. कधी एकमेकींशी भांडायच्या. हे पाहून मला खूप गंमत वाटायची. आता तर त्या स्वयंपाकघरातही येऊ लागल्या. माझ्या स्वप्नरंजनातील डोळ्यांच्या पापण्या त्यांच्या चिवचिवाटाने कमळासारख्या अलगद उघडायच्या. त्यांच्या किलबिलाटाने खूप आनंद वाटायचा. कानात संगीताचे सूर उमटल्यासारखे वाटायचे.

तसे या चिमण्यांनी मला लहानपणापासूनच वेड लावले होते. शाळेतून घरी

आले की, दुपारी घरातील वडील सोडले तर बाकी मंडळी ढाराढूर झोपलेली असायची. मी गुपचूप दुकानात बसायची. दुपारी अंगणात चिमण्यांचा थवा जमा व्हायचा. त्यांची गंमत पाहण्यासाठी मी तांदळाची चुरी, बाजरीचे दाणे त्यांच्यापुढे टाकायची. त्या भराभरा चोचीने टिपून घ्यायच्या. तेव्हा अंत:करणात आनंदाची तार छेडली जायची. लहान मुलांनी बोबडे बोलू नये म्हणून चिमणीचे उष्टे पाणी पाजावे असे आई म्हणत असल्याचे ऐकले होते. बहिणीचा छोटा मुलगा होता, त्याच्यासाठी मी फुलपात्र भरून पाणी ठेवायची. चिमणी कधी पाणी पिते याची वाट पाहात बसायची. ती चिमणी पाणी प्याली की, मला महायुद्ध जिंकल्याचा आनंद वाटायचा. ते पाणी मी जबरदस्ती त्या बाळाला पाजायचे.

अशा प्रकारे या बालमैत्रिणी आजही जेव्हा गॅलरीत, घरात येतात तेव्हा वाटते, चिमण्यांनो, मी शहरात आले. तुमच्यासाठी अंगण मोठे जरी नसले तरी छोटी गॅलरी अन् आभाळासारखं माझं काळीज तुमच्यासाठी मोकळे आहे. खुशाल या आणि मनसोक्त धिंगाणा घाला. माझ्याशी बोला. मला तुमची भाषा कळत नसली तरी भावना मात्र जाणू शकते. पक्ष्यांना माणसासारखा जीव लावला तर ते कधी आपलेसे होतात हे कळतही नाही. कारण ते कधी बेईमान होत नाहीत, खाल्लेल्या मिठाला जागणारे असतात.

तसं माणसांचं नाही. तो कधी मैत्री करेल आणि कधी पाठीत खंजीर खुपसेल हे सांगता येत नाही. पण पक्ष्यांचे मात्र तसे नाही. ते कधीच मन दुखावणार नाहीत. कारण त्यांना निसर्गाने वाचा दिली पण शब्द उच्चारण्याची कला दिली नाही. जी वाचा दिली ती माणसाला कळत नाही. कारण ते यासाठी असावे की पक्ष्यांचा आदर्श माणसांनी घेतला तर माणूस माणसापासून दुरावणार नाही. पक्ष्यांप्रमाणे बंधने घालून घेतली तर स्वविकासाबरोबरच सामाजिक विकासाची वाटचाल दूर नाही. पण हे माणसाला पटेल का? जेव्हा पटेल तेव्हा भारत नक्कीच महासत्ता होण्याच्या दृष्टीने वाटचाल करीत असेल...!

***

– ४ –
नकळत कोसळणारा पाऊस...

सळसळणारा पारिजात अंगोपांगी बहरून आला होता. फांदी फांदीवर असंख्य फुले हवेच्या झोक्यासरशी एकमेकांना बिलगत असल्यासारखे नयनमनोहर दृश्य दिसत होते. एक आगळा वेगळा आनंद उत्सवगीत गात असल्यासारखे वाटत होते. पहाटेच्या अंधूक प्रकाशात काही तारका तेजस्वीपणे लखलखतांना दिसत होत्या. हिरव्याकंच पानावर त्या प्रेमाचा वर्षाव करत असल्याने ही सळसळणारी पाने आणखीनच तेज:पुंज दिसत होती. काहीशा रिमझिम पावसाच्या सरी कोसळत असल्याने पहाटेचे हे धुंद करणारे वातावरणात मी मुक्तपणे अनुभवत होते.

मातीचा मंद सुगंध दरवळत असल्याने या पारिजातकाची रमणीयता आणखीनच डोळ्याला स्पर्शून जात होती. उमलणारी एक एक कळी खुदकन हसल्याचा भ्रम होत असे. वाऱ्याच्या वेगाने सळसळणारी पाने संगीतमय वाद्यं वाजल्यासारखी गोड, सुरेल आवाजात गीत गात असल्यासारखे वाटे. सूर्यही आकाशातील आभा भेदून कलेकलेने डोके वर काढत होता. निळ्या नभातून सप्तरंगी वस्त्रे परिधान करून तो भूमीच्या कुशीत शिरण्यासाठी आतुर झाला होता. समोरच्या उंचच उंच इमारतीच्या डोक्यावरून तो पुढे पुढे सरकत होता. चोरपावलांनी येत असलेला लबाड वारा आळोखे पिळोखे देणाऱ्या वेलींचे चुंबन घेत होता. त्या आता निपचित पडून न राहता सूर्यप्रकाशाचे स्वागत करायला सरसावल्या होत्या. मौन बाळगून शांत दिसणारे वृक्ष सूर्यकिरणांना कवेत घेत होते.

पानापानांतून चैतन्य परिधान केल्याचे जाणवत होते. झाडांखाली सुंदर रांगोळी रेखाटल्याने निसर्गाचे कौतुक करावे तेवढे थोडेच होते. या सौख्याची पखरण करणाऱ्या वातावरणात प्रेयसीला व प्रियकराला एकांतात अनुभवलेल्या क्षणांची स्मृती होणार नाही असे शक्य तरी आहे का? तिलाही ऐकायला येते

त्याच्या अंतरात्म्याची साद घालणारी हाक. अन् सर्व देह भिजून चिंब होतो. काळजाच्या गाभाऱ्यातून सप्तध्वनी निनादायचे. डोंगराच्या कड्याकपारीतून ते कितीतरी वेळ घुमत राहावे असेच तिचेही झाले. निरोपाच्या शब्दांचे शब्दजाळे थेंबाथेंबाप्रमाणे टपकायला लागतात. दोन चक्षू एकमेकांना खुणावतात. मनोअवस्था विचलित होते. सापाप्रमाणे सरपटत येणारे विचार अचानक हत्तीचा आकार घेतात. ठिबकणारे पाण्याचे थेंब समुद्रासारखा अवाढव्य अवतार धारण करतात. उभे राहते वाटोळे रिंगण करून त्याचे अलौकिक रुपडे. सागरतळाचा ठाव घेणारे बोलके नयन, विश्वासाने धरलेला हात, नव्या दिशेने वाटचाल करणारे पाय कधी तरी कुठे अडखळत होते पण त्यांनीच बहाल केली त्यांना स्पर्धेत धावायची शक्ती, निधड्या छातीने वार झेलण्याची क्षमता अन् मग चालतच राहिले पाय. पर्वाच नाही केली कधी खाच खळग्यांची, काट्याकुपाट्यांची, रणरणत्या उन्हाची. झेलत राहिली तिन्ही ऋतूंचे घाव. परिपक्व झाली समाजविघातक वार झेलण्यासाठी. पण त्यावेळेला एक नवा इतिहास घडलेला पाहण्यासाठी तो कुठे होता. मग अस्वस्थ, अंतस्थ होऊन आरोळ्या ठोकत राहिली. या प्रीतीच्या पुष्पगुच्छात त्याला लपेटून घेण्यासाठी. पण त्याने दिलेले सुखाचे दान, विरहाचे गोणपाट घेऊन तो मार्गस्थ झाला, एका न संपणाऱ्या वाटेवर.

आता फक्त निर्देशक दिशांना न्याहळत ठाव घेत राहते. नसानसांतून चैतन्य सळसळते. प्रेमाची नशा चढायला लागते. अगदी जवळ येतो, विश्वासक हात हातात घेतला जातो, नसानसात झिंग चढली जाते. त्या मऊ मोहमयी स्पर्शाने आभाळ ओंजळीत आल्यासारखे वाटते. भुरभुरणाऱ्या केसांना वारा स्पर्श करू नये असं वाटते. सात्त्विक प्रसन्न चेहरा पुन्हा पुन्हा भुरळ घालतो. डोळे बंद करून साठवून घेते त्याचं रूप, त्याला बाहेर प्रवेश न करण्यासाठी. पण होतो घात, डोळे उघडते तेव्हा तो नसतोच मुळीच कुठे. मोकळ्याच असतात डोळ्याच्या कपारी मग ओलावत जाऊन ओरबडतात; पुन्हा पुन्हा रिक्त हस्ते मनाचा गाभारा रिता रिता होऊन जातो. अंगातील त्राणच गेल्यासारखे होते. तो अचानक गेल्याने तो नाही हे सत्य मानायला ती तयारच होत नाही.

अंगातील प्रत्येक गात्र ढिले पडून जाते. शरीरातील त्राणच गेल्यासारखे वाटते, तो न आल्याने मधाळ स्वप्नांच्या गुंजनातून अलिप्त होते. तुझ्या आठवणीचं नातं मात्र गूढ आहे, कधीही न उलगडणारं. कधी सळसळत्या चैतन्याचा बहार घेऊन येतो तर कधी विराण, कोरड्या आणाभाका देऊन विव्हळायला लावतो.

कधी टपोऱ्या श्रावणसरीत भिजवतात तुझे काळेभारे टपोरे डोळे, उडवत राहणारा मधुर हास्याचा फवारा जणू आकाशाला भिडू पाहतो. अंधुकशा प्रकाशात ढगाळलेल्या आभाळासारखं काळं निळं मन तुझ्या लाडीक शब्दांच्या अमृतकणाने तृप्त होतं. अलगद स्पर्शाने नवी ऊर्मीची आभा अंगभर विद्युल्लतेप्रमाणे भिनत जाते. चिंबचिंब भिजणाऱ्या प्रत्येक थेंबातून विरघळून जावं. राधेसारखी बावरी व्हावं असं वाटायचं. पण अचानक कुणा दुष्टाने यावे आणि हे सर्व सुख हिरावून न्यावे. तिनं मात्र भिजल्या नेत्राने नुसते पाहतच राहावे. मग नुसता नयनात पाऊस गर्दी करू लागतो. रोमारोमातून बरसतो. फक्त तुझ्याचसाठी हा भावनांचा खेळ करणाऱ्या सख्या मला चिडवायच्या. चिंबचिंब भिजून मी लाजेने चूर होऊन रागवायची लटकेच त्यांच्यावर, पण त्या निघून गेल्या की एकटीच पुन्हा वाट पाहात उभी असायची प्रतीक्षा संपेपर्यंत. असा तुझ्या प्रेमाचा ओलावा ओथंबून जातो, तर कधी प्रखर उन्हाने होरपळून टाकतो.

तुला आठवतं का रे? पहिल्याच पावसात त्या डोंगरपायथ्याशी निसर्गाच्या सुंदर सान्निध्यात आपण ओलेचिंब भिजलेलो, वाऱ्याची तुफान नौका घिरट्या घालत आपल्या सभोवताली फिरू लागली आणि क्षणात गडगडणाऱ्या ढगांचा ढोल वाजवत आल्या झंझावाती पावसाच्या सरी, तेव्हा ती खूप घाबरली, पण क्षणात तुझ्या आश्वासक हाताचा धीर मिळाला आणि त्याचा आनंद तिने पुरेपूर घेतला. खरं तर पावसाची तिला खूप भीती वाटायची पण त्या पावसाने तिच्या मनातील भीती दूर केली आणि मग दरवर्षीच ती त्याची आतुरतेने वाट पाहू लागली, तिला आवडणारा सखा कधी येईल अन् ती त्याच्या नसानसांत धुंद होऊन जाईल हीच ओढ लागून राहायची. तुझ्या-तिच्यातील वैर, तो दुरावा या पावसाने तर दूर केला अन् त्याच्या साक्षीने बांधून टाकले अनोख्या बंधनात, निसर्गाच्या रम्य वनात जेव्हा थरथरत होते, सर्वांगाला धरणीकंपासारखा कंप सुटला तेव्हा तिने मात्र डोळे बंद केले आणि निसर्गाचे क्रौर्य अनुभवत राहिली. थोड्याच वेळात सळसळणाऱ्या सरींचा खेळ सुरू व्हायचा, पुन्हा थांबायचा तेव्हा तिचे भेदरलेले डोळे तुला सर्व काही मूकपणे सांगत होते. पुन्हा पुन्हा डोळे उघडून या आगळ्या वेगळ्या दृश्यांना नेत्रात साठवून घेते, पण जेव्हा डोळे बंद होतात तेव्हा तुझ्या सहवासाचा वेगळेपणा जाणवतो आणि अलगद मान तुझ्या खांद्यावर झेपावत असे. तिच्या सर्वस्वाचा भार पेलण्यासाठी तूही एखादी फुलांनी लडबडलेली फांदी जमिनीवर झेपावी तशी ही मान सहज पेलत असे. धडधडणारी छाती तुझ्या

अंतरातील स्पंदने सर्व काही सांगून टाकत असे.

गलबलणाऱ्या काळजातील फांद्यांना बहर आला. अंगावरून घसरणाऱ्या पावसाच्या सरींचे पाणी तो कोमल हाताने टिपून घेत असे त्यावेळी तिला असे वाटे की खरोखरच तिच्यासारखी तीच भाग्यवान आहे. त्याच्यासारखा जिवलग तिला पूर्व-पुण्याईनेच मिळाला. विचारांचे आवर्त अंत:करणाला विळखा घालू लागायचे. वाटायचे, गुलाबाला नुसती फुलेच नाही तर काटेही आहेत. तेही तेवढ्याच उदात्त मनाने स्वीकारावे लागतील तेव्हाच फुलांची मादकता चाखायला मिळेल. नुसती फुलेच घेतली तर काट्यांना कुणी स्वीकारायचं! तेव्हाच तिने ठरवले, त्याच्यातील चांगल्या गुणांबरोबरच वाईटांचा स्वीकार करून त्याच्यात सामील होऊन जाईल. हे वाक्य ऐकले की त्याला नवा उन्मेष चढायचा, मनात दाटलेल्या भावनांचा झरा सागराच्या लाटेसारखा उफाळून यायचा अन् ते दोघे मनसोक्त पक्ष्याप्रमाणे फक्त त्या लाटेत पहुडत राहायचे. एक दडलेलं गुपित मूकसंमतीने उलगडू लागायचं. एक एक गुंफलेला धागा उलगडत जायचा. या एकांतात रजनीही त्यांना साथ द्यायची. तिच्या काळ्याशार पांघरुणाने दोघांतील अंतर दूर झाले. त्याच क्षणी त्यांचा तोल ढासळला, सर्व मर्यादा पार करून खऱ्या अर्थाने एकरूप झालो. आता त्यांच्यातील अंतर संपले होते. शरीरे दोन असली तरी मन मात्र एकच झाले होते.

अजूनही जेव्हा केव्हा हा खोडकर पाऊस नकळत कोसळू लागतो तेव्हा हृदयाच्या कोपऱ्यात एका कोऱ्या पानावर तिने त्याच्या आठवणींचा इतिहास लिहून ठेवला. ती पाने सळसळू लागतात. कितीही पाने उलगडत जावे तरीही ती संपतच नाहीत. डोळ्यांच्या कडा ओलावतात. दोन नेत्रातील महापुरात सर्व काही वाहून जाईल म्हणून ती अश्रूंना बांध घालते पण ते बांध तोडून पडणाऱ्या सरीत लुप्त होतात अन् पुन्हा डोंगरकपारीच्या झरण्यात धावू लागतात. अनेक ठिकाणी अश्रूंचे तळे साचले जाते. मन तुडुंब भरलेल्या ओढ्यासारखे वाहू लागतं. तो आला की पुन्हा पुन्हा ते व्यथित होतं, वेदनेची सल जागृत करीत, सुप्त आठवणींना जाग येते. त्यांचं रिमझिम बरसणे तिचे तन मन जाळत जाते. झाडाच्या लोंबकळणाऱ्या फांदीसारखी तिची अवस्था होते. कुणी वाटसरू चालता चालता घाव घालून जातो. धड तोडतही नाही, अर्धवट लोंबकळत ठेवतो, वेदनेचे चटके सोसण्यासाठी तरीही हा खट्याळ जीव धावत सुटतो. वाटते, तो पुन्हा भेटेल, नव्याने इंद्रधनुष्य अवतरेल. अधुरी भेट, अधुरी संकल्पना पुन्हा पूर्ण होईल. विचारांचे आदान प्रदान होईल, नव्याने मार्गस्थ होता येईल या विचारांच्या धुंदीत ती न्हाऊन जाते. तिच्या

मनाचा मनमोर थुईथुई नाचू लागतो. पाणावलेले डोळे पुन्हा एकदा स्वप्नविभोर होतात. पण प्रत्येक पावसाळा येतो अन् निघून जातो. पुन्हा पुन्हा कोरडा दुष्काळ मात्र पेटवून जातो.

तिला वाटते, अजूनही तो तिच्या आसपासच आहे. तुझा स्पर्श, गंध, बोलके डोळे तिला पुन्हा पुन्हा खुणावतात. त्याचे गुलाबी ओठ जणू तिला काही तरी सांगण्यासाठी आतुर आहेत पण त्याची भाषा तिला कळत नाही. प्रत्येक क्षणाची वेगळी शैली रोमारोमातून दरवळू लागते. काही वेळ ती त्याच्या सोबतीत घातला याची जाणीव हाते. अन ती याच आशेवर पुढील कालखंड लोटत राहते. या क्षणाच्या पोतडीत त्याने किती खजिना ठेवला तेच समजत नाही. कितीही काढा, तो पुन्हा तितकाच शिल्लक राहतो आणि वाटते तो आता तिच्या सोबतच संपेल की काय? पण नाही, सारख्या आठवणी तिची मैत्रीण बनून जातात. दिवस कसा भुर्रकन उडून जातो पण रजनी मात्र संपतच नाही. मुक्या आसवांना रात्रीच वाचा फुटते. मग त्या फक्त उशीचाच आधार घेतात अन ती उशीही चिंब होऊन जाते. तीच तिला हृदय मोकळं करण्यासाठी रात्रीची सोबतीण असते, तिची ऊबही तितकीच हवीशी वाटते. पुन्हा काही काळ ती निद्रेच्या सागरात पहुडते. सूर्यदेवता नवी स्फूर्ती बहाल करतो. आभाळासारखं ढगाळ झालेलं मन त्याच्या प्रकाशानं स्वच्छ होतं आणि पुन्हा पुन्हा कर्तव्यासाठी उत्स्फूर्त करतं. मग पुन्हा स्मरणाचे डोंगर दाटून येतात. तू कुठे तरी दूर उभा राहून आवाज देतोय अन् ती सर्व शृंखला तोडून तुझ्याकडे धावत सुटते....पण पाहते तर खोटा भास असतो. शून्यात पाहत राहते अन् पुन्हा कोसळायला लागतो, नकळत तुझ्या आठवणींचा पाऊस. अवेळी येऊन; पण त्यात कुठेच नसतो एक धीर देणारा आश्वासक हात...

***

– ५ –

निरागस क्षण

सुटीचा दिवस असल्याने सुचित्राने नुकतीच कामे आटोपून अंग टाकले होते. मुलांपैकी कुणी मित्रांकडे गेले होते, कुणी आपआपल्या पत्नींसोबत चित्रपट बघायला तर कुणी सासुरवाडीला गेले होते. सुचित्राला काही झोप येईना म्हणून जुना अल्बम उघडून तो निरखण्यात ती गढून गेली होती. तोच दारावरची बेल वाजली. दार उघडते तर काय! आश्चर्यचकित होऊन पाहतच उभी राहिली. तिला काय बोलावे, कसे बोलावे, कुठून सुरुवात करावी, काहीच सुचत नव्हते. निश्चल होऊन भिंतीसारखी उभी राहिली. तेव्हा सुहासच म्हणाला,

''अगं, मला घरात ये, बस तरी म्हणणार आहे की नाही?'' तिचा बालपणाचा अन् कॉलेजचाही मित्र तिच्यासमोर उभा होता. किती तरी वर्षांनी तो असा न सांगता अचानक दत्त म्हणून उभा ठाकला आणि तिला आश्चर्याचा धक्काच बसला. तो प्रथमच तिच्याकडं आल्यामुळे ती आनंदाने पाहातच राहिली.

कंठ बोलण्यासाठी सद्‌गदित झाला होता. शब्द ओठावरच गोठल्यागत झाले होते. ते बाहेर पडण्यास जणू त्याला कुणाचा स्पर्श हवा होता. सुहास म्हणाला,

''सुचित्रा, एकदम हरवलेले माणूस नजरेसमोर आले की, माणूस किती गोंधळून जातो ना?''

''अरे, खरंच माझा विश्वास बसत नाहीये तू आला यावर.''

''नाही? मग स्वत:ला चिमटा घेऊन बघ. मी खरंच आलोय, तू काही स्वप्न पाहात नाहीस. सुचित्रा, तू मला विसरली तर नाहीस ना?''

''अरे सुहास, ते शक्य तरी आहे का? तुला मी कशी विसरेन रे? तुला आठवते का, निरागस क्षण फुलपाखराप्रमाणे पंख लावून कुठेही कधीही बिनधास्त

भरारी घेणारे ते शाळा, कॉलेजचे दिवस! निसर्गाच्या आनंदी लहरीत घालविलेले रम्य क्षण मी अजूनही जपून ठेवलेय माझ्या काळजाच्या एक कोपऱ्यात.

तुझं न ऐकता आंब्यांच्या झाडावर चढून कैऱ्यांचा मी फडशा पाडायचे. झाडांचा मालक ओरडत आला की, डोळा चुकवून लांब पळायचे. तू तर मला किती भांडायचास, मी तुझं न ऐकता माझा हट्ट पूर्ण करायची. मे महिन्याच्या भर दुपारी तापलेल्या उन्हाच्या वेळी, सूर्य डोक्यावर आग ओकायचा पण त्याची तमा न बाळगता नदीच्या किनारी जाऊन, आईबाबांचा डोळा चुकवून नदीत पोहत राहायचे. पाणकोंबड्यांचा खेळ खेळत, नदीच्या वाळूतील शिंपली वेचायची. मी कपडे घालते न घालते तोच तू मात्र पुन्हा पाण्याने भिजवून टाकायचा, मी पुन्हा कपडे सुकवायची. तू तेच पाणी उडवायचा. मी मात्र कंटाळून तशीच ओल्या कपड्यांनी बसायची. वाळूचा खोपा माझाच सुंदर झाला असे मी म्हटले की तू रागाने तो मोडून टाकायचास. मी पुन्हा रडत बसायची तेव्हा ते अश्रू अलगद तू हातावर टिपायचास अन् म्हणायचा, 'भर उन्हाळ्यातच एवढा पाऊस पडून गेला तर पावसाळ्यासाठी पाणीच शिल्लक राहणार नाही. सुचित्रा, तुझ्या डोळ्यातील अनमोल मोती असे व्यर्थ दवडू नको गं, स्वाती नक्षत्राच्या शिंपल्यात साठवण्यासाठी ते तू जपून ठेव...' अन् तुझ्या त्या मधाळ बोलण्याने सगळा राग विसरायची.

मी पुन्हा म्हणायचे, आपले घर असे सुंदर असेल ना रे? तेव्हा तू म्हणायचा, 'अगं, घराचं काय घेऊन बसलीस. माणसाच्या नशिबात पुढे काय लिहून ठेवले हे कुणाला कळते का? तू कुठे असशील अन् मी कुठे?' तेव्हा मात्र तू निराश व्हायचास. सुहास, तू वाळूचा खोपा मोडलास तेव्हा मी किती भांडले होते. पण तूच मला सावरलेस. मी कितीही आकांडतांडव केले तरी तुझ्यावर मात्र त्याचा काहीच परिणाम व्हायचा नाही. तू शांत झऱ्यासारखा बसाचायस. किती थंड डोकं होतं तुझं, मी कितीही रागावले तर तू मात्र हसतच राहायचास. पुन्हा थोड्याच वेळात समोर येऊन माझ्यापुढे आवळ्यांची ओंजळ रिती करायचास. तुला माहिती असायचे की, मला आवळे फार आवडतात. त्यासाठी कुणाच्या बोलण्याची, रागावण्याची पर्वा न करता आवळे चोरून आणायचास. मी म्हटले, चोरी करणे पाप आहे, अशी चोरी करू नये, तेव्हा तू हसत म्हणायचास, 'अगं, स्वत:साठी चोरी करणे पाप आहे, आपल्या आवडत्या माणसासाठी चोरी करणे हे कसले आले पाप. ते तर स्वर्गापेक्षाही जास्त आनंद मिळविण्याचे साधन आहे. अन् मी कुठे पैसे चोरले का? खाण्याची वस्तू तर चोरली. त्यात कसलं आलं पाप? जरी पाप असेल

तर ते मी एकटाच फेडेन हं. तुला मात्र त्यात सहभागी करून घेणार नाही.' हे सर्व प्रकार पाहून माझ्या मैत्रिणी आणि तुझे ते उनाड मित्र मला सारखे चिडवायचे.

सुहास, त्या जाईंच्या फुलांची आठवण आणखीही ताजीच असल्यासारखी वाटते रे. मी अशीच एकदा गाल फुगवून बसले असता मी तुझ्याशी बोलावं म्हणून तू खूप प्रयत्न केला पण मी मात्र तुला दाद दिली नाही. त्यावेळेला ती पांढरीशुभ्र जाईंची फुलं तू माझ्या अंगावर उधळीत राहिलास. तू जोपर्यंत माझ्याशी बोलणार नाही तोपर्यंत हा फुलांचा पाऊस तुझ्यावर पडतच राहील असं तू म्हणालास. अरे, अशी फुकटची, दुसऱ्यांच्या झाडांची फुलं तर कुणीही तोडून आणेल. पण स्वत:च्या कष्टाचे काही तर कर. तेव्हा तू म्हटलास, 'करीन गं, पण त्यासाठी तुझ्यासारखी जीवनसाथी हवी आहे ना? अगं, सुचित्रा, हा फुलांचा गंध आपल्या आठवणीतील क्षण होऊन आपल्याला सुगंध देत राहील.' तेव्हा मी तुला म्हटलं, सुहास, तू काही बोलण्यात कुणाला हार माननार नाहीस, मीच हरले अन् तू पटकन हातावर हात मारून टाळी दिली.

सुहास, आपण जेव्हा मातीची बाहुला-बाहुली खेळत असू. तेव्हा चुरमुरे, शेंगदाणे, दाळवा अशा वस्तू मी डब्यात आणत असे. तू मात्र कधीच काही आणत नसे. मग दररोज इतर बालमैत्रिणी-मित्रांपेक्षा माझ्या डब्यातील वस्तूंवरच तुझा डोळा असायचा. माझ्या डब्यातील पदार्थ खाल्ल्याशिवाय तुला समाधानच वाटायचे नाही. मी एक दिवस मुद्दाम तुला काहीच दिले नाही तेव्हा तू खूप दिवसाच्या भुकेल्या माणसाप्रमाणे माझा डबा हिसकावून घेतलास. मी मात्र दिवसभर उपाशी राहिले. मग तुलाच पुन्हा कीव आली अन् तू शेजारच्या शेतातून शेरण्या तोडून आणून मला खायला दिल्यास.

सुहास, तुला आठवतेय का? आमच्या विहिरीच्या बाजूलाच वडाचं भलं मोठं झाड होतं. तू नेहमीच सूरपारंब्या खेळायचास, पण मला मात्र भीती वाटायची. तू म्हणालास, 'सुचित्रा, आज तूही सूरपारंब्या खेळ.' मी नाही म्हटलं तरीही तू मात्र मला जबरदस्ती खेळायला भाग पाडलसं. अन् माझा हात निसटून मी दगडावर पडले. केवढी मोठी खोक पडली होती. तेव्हा तू नवा कोरा रुमाल त्यावर बांधलास, पळत जाऊन निरगुडीचा पाला आणून जखमेवर रस पिळलास. सुहास, आजही मी जेव्हा त्या जखमेच्या निशाणाकडे पाहते, तेव्हा मला तुझा तो केविलवाणा चेहरा, माझ्यासाठी केलेली धावपळ, अन् घरी आल्यावर आपल्या दोघांच्याही आईबाबांनी तुला खडसावलेले आठवले, की मी पुन्हा त्या झोक्यावर हिंदोळे घेते.

सुहास, जेव्हा केव्हा मी निवांत बसते तेव्हा माझे विचारचक्र त्या ठिकाणी जाऊन घिरट्या घालते. लपंडाव, मामाचं पत्र, उखाण्यांच्या भेंड्या, लपाछपीचा चांदण्या रात्रीचा खेळ अशी किती तरी विचारांची मालिका लांबतच जाते. सुहास, असाच एक खेळ होता जीवघेणा. अजूनही तो आठवला की अंगावर सरसरून काटा उभा राहतो. आंधळी कोशिंबीर, हा खेळ सुरू झाला. अन् मी पळत येऊन तुला पकडणार तेवढ्यात चुकून तुझ्या डोळ्यात माझं बोटं खसकन घुसलं अन् राक्षसासारख्या वाढलेल्या नखांनी तुझ्या डोळ्यात खोलवर जखम केली. तू जेव्हा विव्हळला तेव्हा मी डोळ्यावरची पट्टी काढली तर तुझ्या डोळ्यातून रक्त वाहत होते. मी माराच्या धाकाने घाबरून घरी पळून गेले पण, साधं तुला दवाखान्यात नेण्याचे धाडसही मी करू शकले नाही.

खरंच सुहास, किती पळपुटी होते मी, किती स्वार्थी होते हे आठवले की माझा मलाच संताप येतो. एवढं सगळं झाल्यावर आपल्या सोबतच्या मित्रांनी तुला दवाखान्यात नेलं. तुझ्या आईवडिलांनी तुला जेव्हा विचारलं तेव्हा तू खोटंच कारण सांगून आपले दोन्ही घरातील स्नेहबंध कायम ठेवलेस. खरंच, किती दूरदृष्टी होतास तू! जेव्हा तू बरा झाल्यानंतर पहिल्यांदाच माझ्या घरी आलास पण भीतीने माझी गाळणच उडाली होती. मला वाटले, तू खूप रागावशील. माझ्या आईबाबांना सांगशील. म्हणून मी तुला न बोलताच मधल्या घरात जाऊन बसले. पण तू इकडच्या तिकडच्या गप्पा मारल्यास अन् बाबांनी मला, 'सुचित्रा, अग सुहासशी बोलायचं नाही का?' म्हणून हाक मारली तेव्हा मी घाबरतच पुढे आले. मी तुझ्याकडे न पाहताच समोर बसले तेव्हा तूच मला धीर दिलास, 'सुचित्रा घाबरू नकोस. जे काही झाले तो एक अपघात होता. तू काही मुद्दाम केले नाहीस.' तेव्हा माझ्या अंगावर मोरपीस फिरल्याप्रमाणे वाटले आणि मी तुझ्या डोळ्यात पाहण्याचं धाडस केलं. तेव्हा मात्र मला धक्काच बसला.

तुझा एक डोळा पूर्णपणे निकामी झाला होता. मला खूप रडू कोसळलं पण मी मुक्तपणे रडूही शकत नव्हते, कारण आईबाबांनी कारण विचारले असते. पण मी आता धीट झाले होते, काहीही झालं तरी खरं काय ते सांगून टाकायचे ठरविले. सुहास, माझ्यामुळे तुझा डोळा गेला म्हणून तू दुःखी झाला नाहीस किंवा मला दोष दिला नाहीस. खरंच, तू मनाने किती मोठा होतास रे! मी तुझ्यापुढे मात्र शून्य होते. तू पूर्वीपेक्षाही माझ्याशी अधिक जवळीकतेने वागू लागलास. अरे, दुसऱ्याचे अपराध पोटात घ्यायलाही सुपाएवढं काळीज लागतं. तेच तुझ्याकडे

होतं, माझ्याकडे मात्र नव्हतं.

सुहास, पुढे काही दिवसातच माझे हात पिवळे करण्याची तयारी सुरू झाली अन् तुझ्याशी एकरूप होण्याचे स्वप्न मी पाहू लागले. पण आई नी बाबांनी तुझा एक डोळा अपंग झाल्याने तुला नाकारले अन् त्यावेळी मी काहीही करू शकत नव्हते. मी आईच्या वचनांनी हतबलच नाही तर लाचारही झाले होते. माझ्या आईबाबांनी तुझा अपंगपणा पाहून तुला नाकारले. पण खरे तर अपंग तेही होते अन् मीही. त्यांचे मन तुझ्यापेक्षा जास्त अपंग झाले आहे. हे सांगण्याचं धाडसही मी दाखवू शकले नाही. पुढे माझ्या संसारात मी पूर्णत्वाने नाही, पण काही अर्थाने सुखी होते. सुहास, तू नेहमीच म्हणत असे, आपले नशीब कुठे आणि कसे घेऊन जाईल तिथेच जाऊन थांबावे लागते. तसेच झाले. तूही किती उदात्तपणे मला दुसऱ्याची होताना पाहून एकटेपणा स्वीकारलास. खरंच, जो खरं प्रेम करतो तो त्या व्यक्तीला सुखी झालेले पाहण्यातच आनंद मानतो.

सुहास, मीच किती दुर्दैवी म्हणावी. मला तुझ्यासारख्या समंजस व्यक्तीबरोबर समरस होऊन राहण्याचा अधिकार मिळाला नाही. सुहास, किती गोड आनंदाच्या दिवसांचा ठेवा होता तो. ना कधी कुणाची भीती, कशाची जबाबदारी, समाजाची पर्वाही केली नाही. ते निरागस क्षण, ते अल्लड दिवस, बालमित्र-मैत्रिणी, कॉलेजचे धुंद करणारे जीवन, निसर्गरम्य वनराईच्या आठवणी; न संपणारी पायवाट, झाडांवर मुक्त बागडणारे पक्षी, त्यांच्या सुरात सूर मिसळून चालणारे आपण, हे सर्व चित्र अजूनही जसेच्या तसे डोळ्यात साठलेले आहे. नकळत घडणाऱ्या गोड आठवणी अंत:करणात कोरलेल्या आहेत. वाटते, त्या बालवयात, त्या तारुण्यात पुन्हा जावे, मनसोक्त हुंदडावे, तुझ्याशी पुन्हा पुन्हा मैत्री करावी, तसेच बालसुलभ व्हावे अन् माझ्या संसाराचे कडू गोड क्षण तुझ्या हाताच्या ओंजळीत रिक्त करावे. पण आता उरल्या आठवणी. अगणित आठवणींचे निरागस क्षण, कधीही परत न येणारे आठवणींचे गोडगुपित. जिवाला पुन्हा पुन्हा अगतिकतेची झालर लावून जाते. अन् मी मात्र पुन्हा अडकते सामाजिक बेडीच्या अवजड जोखडात...

*∗∗∗

– ६ –

स्पर्शाचा गाव

माझं आजोळ ग्रामीण भागातील. जन्मही ग्रामीण भागात झाल्याने आम्ही जरी आता शहरात वास्तव्यास असलो तरी मला माझ्या आजोळातील सर्वच माणसांची, तेथील जुन्या वस्तूंची प्रकर्षाने आठवण येते. आमच्या आजीच्या घरी दगडी पाटा-वरवंटा होता. पूर्वी मिक्सर तर नव्हतेच पण दळणासाठी गिरणीही नव्हती. कारण वीजच नसल्याने ही उपकरणेही नव्हती. संध्याकाळ झाली की आजोबा एक टिमटिमणारी रॉकेलची चिमणी लावायचे. त्या प्रकाशाने घर भरून जायचे. बाहेर जाण्यासाठी एक जुना कंदील होता. हा कंदील माझ्या आईने किती तरी दिवस जपून ठेवला होता पण नंतर सुशिक्षित सुना आल्याने त्यांनी चार्जिंगची बॅटरी त्या जागेवर ठेवली अन् कंदिलाला भंगारचे दुकान दाखविले.

आम्ही बहिणी लहान होतो तेव्हा गावातील नदीच्या बाजूला असलेल्या विहीरीवरून डोक्यावरून पाणी आणावे लागायचे. एरवी पाणी आणताना जी उत्सुकता नसायची ती मात्र दिवाळी झाली की लागायची आणि रोज आम्ही कुरकुर करणाऱ्या मात्र मार्च, एप्रिल, मे या महिन्यात मात्र लगबगीने पाण्याला निघायचो. कारण यात एक गुपित दडलेलं असायचं. आम्ही ज्या रस्त्याने जात असू त्या आमच्या शाळेच्या बाजूने एक मोठी कच्ची सडक या महिन्यात कधीच रिकामी राहायची नाही.

येणारे जाणारे पादचारी, सायकली अन् लग्नासाठी जाणाऱ्या-येणाऱ्या बैलगाड्याही येथूनच जायच्या. आम्ही पाण्याची भरलेली भांडी घेऊन जात असू तेव्हा या गाडीतील कुणीतरी खाली उतरायचा अन् आमच्या भरलेल्या हंड्या पन्नास पैसे किंवा खूपच श्रीमंत घरचे असतील तर क्वचित एक रुपया टाकायचे. असे दिवसभरात दोन तीन रुपये जमा व्हायचे. अन् मग असे वाटायचे, हा लग्नसराईचा हंगाम वर्षभर चालू राहिला तरी आम्ही पाणी भरायला कधीच कंटाळणार नाही. पैसे का टाकतात? हे मात्र तेव्हा समजत नसे पण जेव्हा आम्ही मोठ्या झालो तेव्हा मात्र ऐकायला

मिळायचे की कोणत्याही शुभ कामाला जाताना भरलेला हंडा लागला की, शुभशकुन, असा समज आजही ग्रामीण भागाबरोबरच शहरी भागातही मानला जातो. अशा या गोड आठवणी समोर आल्या की मनमोर आठवणींच्या बागेत थुईथुई नाचू लागतो. अन् 'लहानपण देगा देवा, मुंगी साखरेचा रवा' या काव्यपंक्ती आठवतात.

या वस्तूंबरोबरच घरात एका कोपऱ्यात निपचित पडलेला पाटा वरवंटा होता, मसाल्याच्या भाज्या किंवा मिरची वाटण्यासाठी याचा दररोज दोन वेळेस वापर केला जायचा, पण बाहेर धो धो पाऊस कोसळायचा तेव्हा आजी या पाट्यावर लसणाची चटणी वाटायची अन् सोबत चुलीवर बाजरीच्या खमंग भाकरी भाजायची. याच बरोबर काळ्या मसाल्याची कोणत्याही डाळीची आमटी. चुलीत कांदा भाजून वाटून टाकायचा. भाजीला कधी पुरेसे तेलही नसायचे तरीही ती गरमागरम आमटी आणि हातावरची भाकरी मनसोक्त खायला मिळायची.

आजच्या फास्टफूडच्या जमान्यात भाकरीचा रुचकरपणा मात्र अनुभवायला मिळत नाही. पूर्वी एकत्र कुटुंबपद्धती असल्याने स्वयंपाकही भरमसाठ केलेला असायचा. एक दोन पै-पाहुणे वेळेवर आले तरीही ते स्वयंपाक होण्याची वाट न पाहत झटपट जेवण करून अंगणातील बाजेवर आकाशातील चांदण्यांचा आनंद घेत झोपायचे. पंखा नाही, डास चावतात अशी तक्रार करायला वावच मिळत नसे. आता मात्र आधुनिक युगामुळे त्यांच्याकडेही मिक्सर आले आहेत. पण आम्ही जेव्हा आजीच्या घरी जातो तेव्हा पाट्यावर वाटलेल्या मसाल्याची भाजी, लसणाची चटणी, खमंग चुलीवर भाजलेल्या हातावरच्या भाकरी पुरणाच्या पोळीपेक्षा किती तरी रुचकर लागतात. त्याचा आस्वाद मात्र फार कमी वेळा घ्यायला मिळतो. आजच्या पॅकींगच्या अन्नाचा कंटाळा आला की गावाकडे जातो आणि जेवढ्या दिवस राहिलो तेवढ्या दिवसात त्या मायेच्या उबेची गोधडी, आजीने ममतेने केलेल्या स्वयंपाकाची गोडी कधीच भरून निघू शकत नाही.

आज आपल्याकडे सर्व सुविधा उपलब्ध आहेत. बटन दाबले की पोळी तयार, हाक मारली की स्वयंपाकीणबाई हजर असते. पण जी आपुलकी, जिव्हाळा ग्रामीण भागातील आजीच्या स्वयंपाकात असतो तो पैसे देऊनही शहरात मिळत नाही. घरात मोलकरीण असूनही एक माणूस जेवेल एवढा स्वयंपाकही शिल्लक नसतो. कारण खाणेच सर्वांची मोजून मापून झाले. मग प्रेम, जिव्हाळा कसा शिल्लक राहील.

आताची परिस्थिती अशी झाली आहे की, पैसा भरपूर आहे पण करून खायला स्वत:लाच वेळ नाही म्हणण्यापेक्षा आवड राहिली नाही. धावपळीच्या जगात स्वत:कडे लक्ष देण्याला वेळ नाही. ते दुसऱ्यासाठी कधी करणार आणि खाऊ घालणार?

कधी कधी असं वाटतं की, खरंच, माणूस माणसापासून इतका दुरावत चालला आहे. त्याला स्वत:च्या कुटुंबाकडेच द्यायला वेळ नाही तेव्हा तो इतर नातेसंबंध कसे टिकविणार? आंब्याच्या दिवसात होणारा पाहुणचार आठ आठ दिवस चालायचा. आज आपण रोजच आमरस खातो पण त्यात ती मायेची पाखरण, जिवाभावाच्या नात्याने करून खाऊ घालणारे आपुलकीचे हात नसतात.

खरंच, माणूस आज असाच यंत्रवत होऊन धावत राहिला तर एक दिवस त्याला यंत्रासारखे एकटेच निर्जीवपणे पडावे लागेल. त्याला जेव्हा कुणाशी बोलावं, दु:ख हलकं करावं असं वाटेल तेव्हा मात्र त्याला संगणकावर चॅटींग करण्याशिवाय दुसरा पर्यायच उरणार नाही. त्याच्यासारखाच इतरांनाही त्यांचे सुख दु:ख ऐकण्यास वेळ नसेल. शहरीकरणाच्या गदारोळात, मोबाईलच्या आवाजात, वाहनांच्या प्रदूषणात, विविध चॅनेलच्या दुष्परिणामात हरवलेली माणुसकी परत अनुभवायला मिळेल की नाही? पत्रसंस्कृतीपासून तर आपण आता कोसो दूर गेलो आहोत. पोष्टमनची वाट पाहणारे डोळे, पोष्टकार्ड घेऊन येणारा पोष्टमन पाहिला की आकाश ठेंगणे वाटून जायचे, डोळ्यांची भूक मिटेपर्यंत वाचावेसे वाटायचे, त्या बोटभर चिठ्ठीत किती जिव्हाळा होता. तो आज मोबाईलच्या निरोपावर आपण भागवू शकत नाही. आपल्या माणसांचे ते शब्द आठवले की तारेतील चुरगळलेले पत्र काढून वाचायचा आनंद काही वेगळाच होता.

पोष्टमनची वाट पाहण्याच्या नेत्रसुखापासून आपण पारखे झालो आहोत. गजबजणाऱ्या रिंगटोन्सनी लिखाण-वाचनाची सृजनशीलताही लयाला जाते की काय? अशी भीती एकीकडे वाटत असतानाच नवनव्या कवींचे, लेखकांचे पुस्तक हाती पडले की ते वाचावे वाटतेच. अन् क्षणभर मनाला वाटून जाते की, वाचन-लिखाण संस्कृती कधीही न मिटणारी आहे. कारण काळ कितीही बदलला तरी अवती भोवतीचे वातावरण, पाश्चात्त्य संस्कृतीचं अनुकरण करत असलो तरी थोड्याफार फरकाने बदलत असल्या तरी त्याचा आढावा घेऊन लेखकांची सृजनशीलता शिगेला पोहोचते अन् तो या बदलणाऱ्या काळानुरूप आपल्या लेखणीचे अस्तित्व जपत असतो. ही बाब प्रकर्षाने नमूद करावीशी वाटते. बदलत्या काळाचे भान ठेवून आजही माणुसकीच्या धाग्याला घट्ट विणून महावस्त्र तयार करणारी ही माणुसकीची जात साहित्याच्या अन् लेखकाच्या लेखणीवर तग धरून उभी असावी असे म्हटले तर वावगे ठरू नये.

आजही गावाकडचे दिवस आठवले की वाटते, सोडून द्यावे हे शहर अन् जावे गावाकडे. ती रोजची शेरभर ज्वारी आणून आनंदात करावा उदरनिर्वाह. पण मोठा प्रश्न उभा राहतो, मुलांच्या शिक्षणांचा. हा प्रश्न मनाभोवती वर्तुळ करून बसतो. त्यातून

परत बाहेर पडताच येत नाही. अन् मग रोजचं सुरू होते स्वत:ही यंत्राप्रमाणे धावणे. कारण स्पर्धेच्या युगात जगायचे असेल तर आपल्याही इतरांप्रमाणेच स्वत:ला गुरफटून घेण्याशिवाय पर्यायच उरत नाही. शिक्षण नसेल तर जीवनाला काहीच अर्थ नाही. 'शिक्षण हे वाघिणीचे दूध आहे' हे डॉ.बाबासाहेब आंबेडकरांचे तत्त्व लक्षात ठेवून आधुनिकतेचा बुरखा बळेच पांघरून उत्पन्नाच्या दिशा ठरवून संसार नावाच्या रथाला जुंपून घ्यावे लागते अन् मग ग्रामीण भागाकडे धावण्याची भरारी विचारांच्या वादळाने पेटलेली ज्योत पुन्हा मंदावते.

या सामूहिक प्रवाहात माणूस नावाचा प्राणी पुन्हा स्वत:ला गुंतवून घेतो. आधुनिकतेच्या नावेतील प्रवासी असलो तरीही पूर्वीच्या संस्कृतीवरच आजही आपली वाटचाल सुरूच असून ग्रामीण आणि शहरी भागाशिवाय आपले जीवन परिपूर्णच असू शकत नाही, कारण आपल्याला जगवण्याचा केंद्रबिंदू जो आहे तो शेतकरीराजा आहे. म्हणून आपण आहोत. तेव्हा या एका नाण्याच्या दोन बाजू आहेत.

✳✳✳

- ७ -
शुभेच्छांची गोळी

पहाटे पाच नंतरची गोड साखरझोप म्हणजे गुलाबी थंडीत अनुभवलेलं गोडगुपित. कुणाला आवडणार नाही बरं पुन्हा पुन्हा त्या थंडीचा आणि झोपेचा अनुभव घ्यायला! आणि यात पडलेलं एखादं आनंददायी स्वप्न म्हणजे दुग्धशर्करा योगच म्हणावा लागेल. अशा या झोपेत व्यत्यय आला तर रंगाचा भंगच होऊन जातो. डोकं भयंकर तापतं, चिडचिड सुरू होते. मग झोपेतून एखाद्या भक्तिगीताने डोळ्यावरील किलकिली कमी होते कर्णकर्कश आवाजाने किंवा भ्रमणध्वनीवरील वाजणाऱ्या भूपाळीने. किती कल्पनाविश्वाच्या स्वप्निल झुल्यावर होते मी! अन् हा भ्रमणध्वनी उगीच नको तेव्हा खणखणू लागतो. एकदा दोनदा घेण्याचा कंटाळा करते पण तिसऱ्यांदा मात्र नाईलाजाने घ्यावाच लागतो. रागही येतो पण मनातल्या मनात गिळून टाकला जातो. एकदा वाटते, तो बंद करून ठेवावा अन् पुन्हा निद्रादेवतेच्या अधीन व्हावे, पण वाटते महत्त्वाचं काम असेल तर? रडक्या सुरातच ती उचलला जातो, फोनवर बोलणारी व्यक्ती म्हणते,

''गुडमार्निंग मॅडम, अभिनंदन! तुम्हाला पुरस्कार मिळाला!''

''ओ हो, कोण आपण? कसला पुरस्कार? कशाबद्दल?''

''अहो मॅडम, तुमच्या पुस्तकाला पुरस्कार जाहीर झाला. सकाळीच वृत्तपत्रात बातमी वाचली म्हणून फोन केला.''

अभिनंदनाच्या या फोनमुळे मी अंथरुणावरून खडबडून उठते. पुरस्कार जाहीर झाल्याबद्दल मग चवीने चर्चा सुरू होते. कुठला? काय? कशाबद्दल मिळाला इत्यंभूत माहिती आणि एकामागे एक कितीतरी शुभचिंतकांच्या शुभेच्छांचा वर्षाव होऊ लागतो.

मग अंगातील आळस कुठल्या कुठे पळून जातो. जणू वीज संचारल्यासारखा

नवा उत्साह येतो आणि वाटते, खरंच आपण अभिनंदनाच्या लायकीचे आहोत का? आपलं लिखाण किंवा काम सामाजिक जागृती करत असेल का? मानसिक, सामाजिक विचार परिवर्तन होण्याची शक्ती त्यात असेल का? सांस्कृतिक, शैक्षणिक प्रश्न त्यात मांडले जात असतील का? साहित्याचे निकष देशाच्या तसेच समाज विकासात्मक दृष्टया योग्य उतरतील का? प्रसिद्ध म्हणण्यापेक्षा विचारवंत साहित्यिकांच्या पंगतीत बसण्याइतपत जरी नाही तरी समाजाच्या आंतरीक वेदनेला हात घालण्याइतके उत्कृष्ट असेल का? महिलांच्या शोषणाचा आलेख अन् पुरुष संस्कृतीला हे लिखाण लांछनास्पद वाटून ते आपल्या विचारात सुधारणा करतील का? अशा एक ना अनेक प्रश्नांचे घोंगावणे सुरू झाले, पण आपण जे काही लिहितो ते काही टक्के तरी समाजहिताचे, सामाजिक, शैक्षणिक परिवर्तनाचा परीघ असू शकेल, नाही तर उगीच शुभेच्छा आणि पुरस्कार द्यायला समाज काही रिकामा नाही.

पण सत्कार, पुरस्कार, शुभेच्छा या शब्दात फार मोठी शक्ती आहे. पुरस्कार म्हणजे आपल्या चांगल्या कामाचा केलेला गौरव, त्याची उत्तम पावती आणि पुन्हा नव्याने इतरांसाठी या समाजासाठी काही नवनिर्माण व्हावे जेणे करून समाजातील समस्या सुटतील. त्यांच्या अडीअडचणीला मोलाचा हातभार लागेल. हीच अपेक्षा व्यक्त करून हा सन्मान बहाल केला जातो. नव्याने सकस लिखाण करण्याचं ओझंच सत्काराच्या फुलहारातून गळ्यात टाकले जाते. सन्मानपत्राचे इतरांचा सन्मान आपण आपल्या कर्तत्वातून म्हणजे लिखाण असो की सामाजिक कार्य यातून करावा. अंगावर सन्मानार्थ टाकलेली शाल बहुतेक हेच सुचवत असावी की, तुम्हाला जशी या शालीने सन्मानाची ऊब दिली तशीच सकारात्मक विचाराने इतरांच्या जीवनही उबदार करा. त्यांच्यासाठीच आपल्या लेखणीतून सामाजिक प्रश्नाला वाचा फोडा. ही दमदार लेखणी इतरांचे इज्जतीचे धिंडवडे काढण्यासाठी झिजवू नका. तर तिने त्यांना नवीन दिशा दर्शविण्याचे काम करा. हे तुमचे कर्तव्यच नाही तर सामाजिक ऋणही आहे. परमेश्वराने जी बुद्धी दिली तिचा योग्य मार्गाने वापर करा, हाच हेतू या सत्कारामागचा असावा.

शुभेच्छा ही मानसिक बळ आणि कल्पनेच्या पंखाला अधिक उंच भरारी घेण्यास बळ देते. यामुळे नव्या साहित्याची निर्मिती करण्यास प्रोत्साहन मिळते. शुभेच्छा या तीन शब्दात इतकी मोठी शक्ती आहे की माणूस अंतराळ ते पाताळ शोधून, नव्या आशेचा किरण घेऊन अनेक यशाची शिखरे पादाक्रांत करतो. या

शुभेच्छा, दोन कौतुकाचे शब्द मिळाले नसते तर कदाचित त्याच्या अंगातील कलागुणांना कधीच वाव मिळाला नसता. हरणाच्या पोटात जी कस्तुरी आहे, तिचा सुगंध फक्त इतरांना अनुभवता येतो तसेच आपल्या अंगातील कलागुण इतर ओळखतात आणि आपल्या पाठीवर सदिच्छांची थाप देतात. काजवा रात्री चमकतो तेव्हाच त्याचे महत्त्व कळते. तो दिवसा उजेडात चमकला तर त्याचे अस्तित्वही कळत नाही. तसेच आपल्यातील कलागुण हेरण्याचे काम आपले सहचिंतक, शुभचिंतक करतात आणि आपल्याला ते इतरांसाठी प्रकट करायला प्रवृत्त करतात म्हणून आपल्या यशाचे खरे वाटेकरी तेच असतात.

खरंच, माणूस काही तरी दिवास्वप्न पाहण्यापेक्षा वास्तवातील स्वप्न किती खरं अन् चिरकाल आनंद, नवी उभारी देणारे असते. तरीही माणूस स्वप्नांच्या झुलणाऱ्या झुल्यावरच का विराजमान होत असेल? रात्रस्वप्न क्षणिक आनंदाच्या हेलकाव्यात लुप्त होणारे आहे पण कर्तृत्वाची खरी कलाकृती काळाच्या ओघात वाहत न जाता काही काळ तरी ती टिकून राहते. म्हणूनच माणूस सतत नव्या शोधात भटकत असतो. शोधा म्हणजे सापडेल तेव्हा आपल्यातील कर्तृत्व हे प्रकट करण्यासाठी चिंतन, मनन करावे लागेल ते कितपत चांगले किंवा वाईट आहे यासाठी इतरांसोबत किंवा आपल्या सहकारी, हितचिंतकांसोबत चर्चा करावी लागेल. लोणी तेव्हाच निघते जेव्हा दही घुसळून हात लालेलाल होतात. तेव्हा जे सकस आहे ते टिपण्यासाठी नजर पारखी, अंत:करण उघडे, विचार डोक्यात साठविण्यासाठी बुद्धीला चालना द्यावी लागते. अन् हे सर्व शक्य होते. जगात अशक्य असे काहीही नाही. फक्त ज्याची जशी बुद्धी, जसे संस्कार तेच काम स्वीकारावे लागते, त्यात यश निश्चित मिळते.

अशा या कलेला पुनर्जीवित करण्याचे काम आपले स्नेही, मित्र, शुभचिंतक, रसिक श्रोतेच करीत असतात. कोणत्याही साहित्य प्रवाहाला प्रवाहित करण्यासाठी शुभेच्छा या औषधांची अत्यंत आवश्यकता असते. एखाद्या रोग्याला अनेक महागडी गोळ्या, औषधी खाऊ घातल्या तरी त्याचा फारसा उपयोग होत नाही. कारण त्या आजाराचे खरं निदानच झालेले नसते. त्यासाठी वैद्य जेव्हा निदान करून औषध देईल तेव्हाच तो ठणठणीत बरा होईल. अशा या साहित्यिकाला जेव्हा कौतुकाचे, प्रेरणेचे, आशीर्वादाचे, सत्काराचे, शुभेच्छांचे औषध मिळते तेव्हा तो नव्या जोमाने लिहिता होतो. लेखणीला नवी धार लागते अन् आणखी सकस, समाजप्रबोधनात्मक आलेख साकारतो. अशा या शुभेच्छा वर्षावाच्या महिमानाने समाजमनाला खतपाणी

घालून जागृत करण्याचे काम आणि अन्याय, अत्याचार याला वाचा फोडण्याचे काम फक्त साहित्यिकांच्या लेखणीतच असावे असे म्हटले तर वावगे ठरू नये आणि हेच करण्यासाठी त्याला रसिक, वाचक, श्रोते उत्साहित करतात हेही तितकेच खरे.

***

– ८ –
प्रसंग

सकाळी चार वाजले तशी ती खडबडून जागी झाली कारण उशीर झाला असता तर डब्बा तयार होणार नाही. गाडी निघून जाण्याची भीती तर जीवनाचा अविभाज्य घटकच होऊन बसला होता. दररोज चारला उठण्याचा बाणाच जणू अंगीकारून घेतला होता. एक दिवस सकाळी तिने उठण्याचा कंटाळा केला आणि चक्क डबा न घेताच उपाशीच निघाली. कारण निघून गेलेली गाडी आणि निसटून गेलेली वेळ माणसाला परत कधीच मिळत नाही. आता इतरांसारखेच मनाच्या इच्छेविरुद्ध मॉर्निंग वॉक करण्याचा सराव झाला होता. पण आज उशीर झाल्याने मॉर्निंग वॉक न करता सरळ रिक्षा केली अन् स्टेशन गाठले.

धापा टाकतच स्टेशनमध्ये पाऊल टाकले. गाडी निघून गेली का या काळजीने काळजाची धडकी अधिकच वाढली होती. एका दमात चौकशी केली, अमुक गाडी गेली का? पण अजून गाडीच गेली नाही म्हटल्यावर तिच्या जीवात जीव आला. ती आरामात बाकड्यावर बसली. आज नेमकी गाडीही तिच्यासारखीच लेट. इकडे तिकडे पाहिले तेव्हा दररोजचे ओळखीचे चेहरे दिसले. कुणी पळत स्टेशन गाठत होते तर कुणी सामूहिकरीत्या कँटीनमध्ये बसून चहाबरोबरच एखादा सिगारेटचा झुरका मारत होते, कुणी चहाबरोबर गप्पांच्या मैफीलीत रंगले होते.

ती आपली एका बाकड्यावर बसून स्वतःशीच मूकसंवाद साधत होती. पोटातील शब्द ओठात येऊन तिथेच थांबत होते. गाडी लेट झाल्याने मनातील गोंधळ, गाडीविषयीचा संताप मनातल्या मनात एकमेकांवर कुरघोडी करत होता. आपला संताप व्यक्त करण्याला, संवाद साधण्याला एखादी तरी व्यक्ती ओळखीची असायला पाहिजे असे विचार मनात घुटमळत होते. ते विचार व्यक्त केल्याशिवाय मनात झालेली विचारांची गर्दी, गाडी विषयीचा संतापाचा गोंधळ, यामुळे स्वतःचा तोलही सावरला जाऊ शकत नव्हता. पण आता सर्वच काही एकटीनेच सहन करत होती. तर क्षणाक्षणाला तिची नजर आजुबाजूला भिरभिरत होती. कुणी ओळखीची

बाई, किंवा एखादी व्यक्ती भेटली तर गाडी लेट होण्याबाबतचा संताप, पुढील कामावर होणारा परिणाम, वरिष्ठांची ऐकावी लागणारी खोचक बोलणी हा पाढा वाचून टाकावा म्हणजे मनात जे संतापाचे ढग निर्माण झालेत ते एकदा कोसळून मोकळे झाले की मन अगदी स्वच्छ पाण्यासारखे निर्मळ होईल अन् दिवस चांगल्या रीतीने जाईल. एक तर सोबत डबा नाही, दिवसभर उपाशी राहून काम करावे लागणार, ती लवकर आली, तर गाडी लेट यामुळे तिचा जीव रडकुंडीला आला होता.

विचारांचे काहूर माजले असतानाच अनाऊंसमेंट ऐकू आली. 'सिकंदराबाद से पूर्णा जाणेवाली गाडी थोडीही देरमे नंबर एक प्लेटफार्मपर आयेगी.' मराठी, हिंदी आणि इंग्रजी या तीनही भाषा ऐकून कानालाही तृप्तीचा ढेकर आला. ही अनाऊंसमेंट ऐकून तिने मोकळा श्वास घेतला अन् गाडीत जागा पकडण्यासाठी सरसावली. पोटात काही नसले तरी जागा पकडण्यासाठी मात्र अंगात वाघाचं बळ आणले होते. एकदाची गाडी धाडधाड करीत स्टेशनात आली.

प्रवाशांचा गाडीत चढण्यासाठी एकच गोंधळ उडाला. एकदाची जागा मिळाली अन् सुटकेचा निश्वास सोडला. एकीकडे जागा मिळाल्याचा आनंद अन् उशीर होऊनही तिची गाडी मात्र चुकली नाही या सुखद आठवणीत ती हरखून गेली. काही प्रवासी बऱ्याचं अंतरावरून धावत येत होते. गाडी पकडल्याचा आनंद त्यांच्या चेहऱ्यावर दिसत होता. काही रोजचे ओळखीचे चेहरे मिळेल त्या सीटवर विसावले. झुक झुक आवाज करीत, भक भक धूर सोडीत गाडी निघाली. आपआपला ग्रुप करून काही कर्मचारी गप्पा मारत होते, तर काहींनी आपला थांबा येईपर्यंत टाईमपास म्हणून पत्त्यांचा डाव मांडला होता. अधूनमधून 'ही दररोज प्रवास करणारी अनामिका कोण असावी' या विचाराने चोरटा कटाक्ष तिच्यावर टाकत होते. या कटाक्षातून कधी जर नजरानजर झाली तर तिलाही वाटायचे कसे बोलावे? तेही ओठावर आलेले शब्द तसेच मागे लोटायचे, परत मनातील कुतूहल गाडीच्या वेगाप्रमाणे पुढे ढकलत राहायचे. तीही गाडीच्या वेगाप्रमाणे पुढे धावायची.

नवीन नवीन दोन तीन दिवसाला दांडी मारणे चालू होते. पण कालांतराने या अनोळखी चेहऱ्यांशी माणुसकीचे नाते जडले होते. काही दिवसांनी एक दिवसही हे चेहरे दिसले नाहीत की चुकल्यासारखे वाटायचे, मग दांडी न मारता दररोज येणे जाणे सुरू झाले. ती मात्र कधी पुस्तकात तर कधी वर्तमानपत्रामध्ये डोके खुपसून आपला टाईमपास करायची. पण हे माध्यमही तिच्याशी किती वेळ बोलणार? शेवटी त्याचाही तिला कंटाळा यायचा आणि वाटायचे, थोड्या गप्पा मारायला

मिळाल्या तर वेळ लवकर जाईल. कारण मनुष्य हा समाजप्रिय प्राणी आहे. त्याला करमणुकीची कितीही साधने असली तरी माणसांशी संवाद साधल्याशिवाय, बोलून मनमोकळे केल्याशिवाय तो राहूच शकत नाही. मनुष्यप्राणी समूहाशी निगडित आहे. तो एकटाच राहिला तर त्याला वाळीत टाकल्यासारखे होते. पूर्वी तो जंगलात राहात असला तरी समूहानेच राहत होता.

आता बऱ्याच दिवसाच्या ओळखीच्या चेहऱ्यांसोबत वर्तमानपत्र किंवा पुस्तकांच्या देवाणघेवाणीतून एखाद्या विषयावर संवाद होऊ लागला. मग कधी ऑफीसच्या बॉसबद्दल टिंगल तर कधी विशिष्ट विषयावर संवादाची देवाणघेवाण होत असे. आता रोजचेच चेहरे ओळखीचे झाले असले तरीही मनात भीतीची, शंकेची पाल चुकचुकायचीच. या माणसांचा काही स्वार्थ तर नसेल ना? उगीच आपण त्यांच्याशी ओळख वाढवली तर विनाकारण डोकेदुखी मागे लागायची. आपण कितीही चांगल्या दृष्टीने बोलले तरी त्यातून कोणी कोणता अर्थ घ्यायचा? हे ज्याचे तो ठरवत असतो. असे नको ते विचार शंकेखोर डोक्यात चमकून जायचे.

परतीच्या प्रवासात विचारांचे डोक्यात थैमान चालू असतानाच स्टेशन आले. प्रत्येकजण पुढची गाडी पकडण्यासाठी धावत पळत सुटले. तिलाही गाडी पकडण्याचा मोह आवरता आला नाही. ती धावत सुटली. गाडीने एक शिटी दिली होती. तिचे अंतर बरेच दूर होते. तरीही गाडी पकडण्याचा आटोकाट प्रयत्न करीत असतानाच पटरीला पाय अडकून ती खाली पडली. बराच मुका मार लागला, पण परत धडपडून उठून गाडी पकडण्याचा प्रयत्न केला. पण गाडी मात्र निघाली होती. काही जण गाडीत चढले होते तर काही चालत्या गाडीत बसत होते. ती सर्व शक्ती एकवटून गाडी पकडण्याचा प्रयत्न करीत होती. गाडीच्या दिशेने झेपावलीही होती मात्र गाडी हातातून निसटून गेली होती. आपण ठरवतो एक आणि होते दुसरेच. प्रत्येक गोष्टीची जणू काळवेळ ठरलेलीच असते. त्याप्रमाणेच सर्व घडत असते. कारण नऊ-दहा तासातील कुटुंबाच्या दुराव्याने कधी घरी पोहोचेल म्हणून एवढा आटापिटा चालू होता. इतरांसारखे घरी लवकर जावं. उद्याच्या तयारीला लागावं असं त्या अनामिकेला वाटत होतं. एवढा मार लागूनही गाडीमागे धावताना बरोबरच्या एका सहकाऱ्याने पाहिले. त्याने गाडी सोडून दिली.

तिच्याजवळ येऊन म्हणाला, ''ताई, तुम्हाला खूप मार लागला. कशाला एवढी धावपळ करता? ही नाही, तर दुसऱ्या गाडीने जाता येईल.''

ही अनोळखी व्यक्ती कोण असावी? देवानेच आपल्या मदतीला पाठविली

असावी का? आता मात्र अंगाला लागलेल्या माराकडे लक्ष गेलं. बऱ्याच ठिकाणी खरचटल्यामुळे रक्त निघाले होते. मुका मारही बराच लागला होता. ती अनोळखी व्यक्ती म्हणाली, ''ताई, दवाखान्यात चला. माझ्या ओळखीचे इथे डॉक्टर आहेत. औषधपाणी करून थोडावेळ आराम करा. नंतर दोन तासांनी गाडी आहे.''

ती नको नको म्हणत असतानाही त्याने दवाखान्यात जाण्यास भाग पाडले. तेथील डॉक्टरला सांगून योग्य ते औषधोपचार करवले. स्वत: हॉटेलमधून राईसप्लेट आणून खाऊ घातली. सख्ख्या बहिणीसारखी काळजी घेत त्याने तिला स्टेशनवर आणले. तोही येणाऱ्या गाडीत बसला, तिलाही एका ठिकाणी जागा पकडून बसवून दिले. गाव आल्यावर तो तब्येतीची काळजी घ्या म्हणून सांगायला विसरला नाही.

दररोज प्रवासाची सवय झाल्यामुळे दिवस कधीच कंटाळवाणा जात नसे. उलट सुट्टी आली की ठरलेले, माणुसकीचे चेहरे दिसले नाहीत की काही तरी हरवल्यासारखे वाटायचे. दुसऱ्या दिवशी परत तोच प्रवास. तीच कसरत. सर्वांचे चेहरे बघायची. पण त्यात ओळखीचा चेहरा दिसला नाही, तर आपल्यातलाच एखादा कर्मचारी बंधू दिसला नाही की, आज ती व्यक्ती का आली नाही? काल तर तसे काही बोलले नाही? त्यांची तब्येत ठीक असेल ना? काय अडचण आली असेल? असे नको ते विचार मनात गर्दी करायचे. अशी एखाद्या दिवशी आपली काळजी घेणारी जिवाभावाची व्यक्ती दिसली नाही की मन उगीचच आक्रदंन करायचे. नको त्या काळजीच्या जखमांनी घायाळ व्हायचे. चहू दिशांना शोध घेत डोळे सर्व गाडीच्या डब्यात, स्टेशनवर भिरभिरत राहायचे. डोळ्याच्या भिरभिरणाऱ्या कडा ओल्याचिंब होऊन जायच्या. अन् अचानक आपलीशी वाटणारी व्यक्ती दिसली की मग तिच्या आनंदाला पारावार उरायचा नाही. तिचे ऊर ह्या अनामिक आनंदाने भरून यायचे. फार मोठी लढाई जिंकल्याच्या आनंद तिच्या चेहऱ्यावर चमकून जायचा. अशा या माणूस नावाच्या जंगलात अनेक माणसे असतात. पण का कोण जाणे, काही माणसे आपलीशी कधी होऊन बसतात हे स्वत:लाही कळत नाही. मग सुरू होतो विचारांच्या लपाछपीचा खेळ. हा खेळ खेळत असताना वाटते, कशाला निर्माण केली असेल ही माणुसकीची नाती? उगीच कुठलाही स्नेहसंबंध नसताना काळजाला जखमा करून जाणारी ही अपरिचित माणसे का ओळख वाढवून एकमेकांत गुंतवून जातात. यात नक्कीच पूर्वजन्मीचे संचित असले पाहिजे. एरवी का ही न तुटणारी नाती अशी चिकटून बसतात. आणि आठवणींच्या

बागेत कधी मुक्त बागडतात तर कधी हृदयाच्या गाभाऱ्यात जखमांचा संच करून राहातात. कितीही जुन्या झाल्या तरी त्या मिटण्याचे नावच घेत नाहीत, काळजाला रक्तरंजित करत राहातात. जुन्या झाल्या तरी ताज्यातवान्या वाटतात. वाटते, गाडी एवढ्या माणसांना घेऊन आंतरराष्ट्रीय संबंध जोडते मग आपण तर बुद्धिवान माणसे आहोत. शब्दाने ज्ञान वाढते. ज्ञानाने ज्ञान वाढते. ज्ञानाने समाज विकासाच्या कक्षा रुंदावतात अन् तेव्हा ठरवले की माणूस जोडण्याचे तसेच तोडण्याचे कामही शब्दच करतात तेव्हा तोडण्यापेक्षा जोडणे अवघड काम असले तरीही अशक्य मात्र नक्कीच नाही. शब्द हे शस्त्र आहे. ते कुठे आणि कसे वापरायचे? कशासाठी वापरायचे हे ज्याचे त्याने ठरवायचे. पहा, वाणीची कलाही किती मजेदार आहे ना? अन् तेव्हाच ठरवले की प्रसंगानुरूप योग्य शब्दांचा वापर केला तर शब्द हे काही चांगली कामे सहज करतात...

⁂

– ९ –

मनपाखरू

दररोज सकाळी रस्त्याने मोकळ्या हवेत फिरायला जाताना पशुपक्ष्यांचे दर्शन व्हायचं. कुठे पक्ष्यांचे थवे तर कुठे माणसांच्या झुंडी दिसायच्या. आज मात्र मोकळ्या मैदानात मेंढरांचा कळप बसलेला दिसला. त्यातील काही मेंढरे कोवळी सूर्याची किरणे अंगावर घेत आळस झटकून बाहेरच्या कुरणात चरण्यासाठी सज्ज होण्याच्या मनस्थितीत होती. त्यांचा हा मुक्त संचार पाहून मला एक म्हण आठवली. एक मेंढी हुरळली की सगळ्याच हुरळतात म्हणे. ही म्हण बहुतेक स्त्रियांच्या बाबतीत जास्तच वापरली जाते. पण इथे मात्र काही मेंढरं उभी होती तर काही खाली बसलेली होती. कारण आधुनिक काळानुसार त्यांच्या वर्तनातही बदल झालेला असावा. हे चित्र पाहात असताना अचानक मन नावाची नौका इतरत्र धावत सुटते.

हे ओढाळ मन माहेरच्या तुळसाईच्या मेंढरात जाऊन भटकू लागते. नकळत माझी परवानगी न घेता आठवणींचा पिंगा घालू लागते. घोड्यांच्या वेगवान पावलांप्रमाणे बेलगाम होऊन, रस्ता दिसेल त्या दिशेने धावत सुटते आणि त्या खळखळ वाहणाऱ्या धुंद नदीच्या प्रवाहात सामील होतं. तेथील बेधुंद करणारे वातावरण, गर्द झाडीत हरवलेल्या नदीच्या लांबच लांब पात्राचा मागमूस घेण्यासाठी किती तरी वेळ लागायचा. पात्राच्या काठावर शापित मानवासारखे किती तरी उन्हाळे-पावसाळे सोसत हे वृक्ष ताटकळत उभे होते. रात्र झाली तरी त्यांना नेत्र मिटण्याची विधात्याची परवानगी नसायची.

या पाण्यात पुन्हा पुन्हा ते मोहक प्रतिबिंब पाहून पुन्हा पुन्हा पाहातच राहण्याचा अट्टाहास उत्पन्न होत राहायचा. बेभान वेळूच्या बनात घुसून धुडगूस घालणारा नटखट वारा गोड संगीताने मन घायाळ करून टाकायचा. बाजूचा भरपूर मोकळा परिसर, त्यात मुक्तपणे चरणारी अनेक जनावरे, गाई, म्हशी, मेंढरांचे ताफे. आजूबाजूला असलेल्या झाडांची बोरे, चिंचा, आवळे, जांभळे चोरून

तोडायचे, ते खाऊन पोट गच्च व्हायचे अन् तेवढ्यात त्या बोरबनाच्या मालकाने बघितले की मग मात्र पाचावर धारण बसायची. ते पाठीमागे लागले की धावत सुटायचे. थोडे जवळ आले की हुर्रर म्हणून पळत सुटायचे. मग अंग घामाघूम व्हायचे. दमून खूप तहान लागायची. अवाढव्य नदीच्या कोरड्या पात्रात बारीक मऊशार वाळू असायची. तिथे थोडा खोल खड्डा केला की त्या झऱ्यातून अमृतासारखे गोड पाणी यायचे, ते पिऊन आत्माराम तृप्त व्हायचा. विचारा विचारात घर जवळ आले. घरात प्रवेश केला तरी हे मनरूपी अवखळ पाखरू सुसाट पळत सुटले. त्याला आवर घालणे म्हणजे वाहत्या प्रवाहाला रोखण्याइतके अवघड काम आहे.

पुन्हा द्वाड, चंचल, खोडकर मन निघाले काट्याकुट्यात बोरी बाभळीचे रान तुडवायला. घनदाट पांदीतून, चिखलाच्या रदाड्यातून, काटेरी झुडपातून शोधू लागलं हरवलेले आठवणींचे मोती. अन जाऊन पोहोचले जुनाट पांढऱ्या मातीच्या गढीत. उच्छाद घालू लागले जंगली भुकेल्या प्राण्याप्रमाणे ठिकठिकाणच्या हरवलेल्या निसर्गाच्या कुशीत. काटेरी झुडपाला बिलगत होऊ लागलं रक्तबंबाळ. मायभूमीच्या मातीत जोडली गेली असते ऋणानुबंधाची नाळ. ती बांधली जाते न तुटणाऱ्या रेशीम धाग्यात. म्हणून तर हे वेडे मन धाव घेत सुटते कुणाचीच परवानगी न घेता, उनाड, मुक्तपणे बागडणाऱ्या फुलपाखरांसारखं....

दारात जाऊन परसात डोकावले तर तिथे मंद सुगंधाने, तजेलदार हिरव्याकंच पानाने लडबडलेली फुलवेली, हसून स्वागत करणारी झेंडू, अबोली, चमेलीची फुलं नव्हती तर होता विदेशातील शोचा वृक्ष. आजूबाजूला दरवळणारा मातीचा गंध नव्हता तर होतं सिमेंटचं चकाकतं जंगल. पायाला माती लागत नव्हती, तर गुळगुळीत फरशीचा स्पर्श पायाला गुदगुल्या करत होता. अंगणात सुंदर, रेखीव, मन मोहून घेणारी रांगोळी नव्हती, अंगणच शिल्लक नव्हतं. मार्बलवरचं छान डिझाईन होतं पण त्यात वहिनीच्या हातची कला अन् तिच सौंदर्य नव्हतं. उजव्या हाताला पूर्वी असलेली छान हिरवीगार डोलणारी कृष्णतुळस नव्हती, एका कुंडीत मनीप्लांटचा वेल होता. समोरच्या मोकळ्या जागेअभावी दारासमोर खुंट्याला बकरी नव्हती. तिथे सशांना कोंडून ठेवलं होतं. माझी ही अवखळ, चतुर नजर गेली भिंतीच्या एका कोपऱ्यात. तिथे अंगावर धावून येणारा, लडिवाळपणे अंगाभोवती चकरा मारून साडीचा पदर ओढणारा मोत्या नव्हता, पांढराशुभ्र रंगाचा, सशासारखा केसाळ विदेशी कुत्रा बसलेला होता. माझ्याकडे पाहून तो जवळही आला नाही. घरात पाऊल टाकले तर शेणाचा कुबट दर्प नव्हता. विविध रंगांची फरशी होती.

दामुक्याची रांगोळी कुठे म्हणून शोधू लागले तर तिथे कारपेट अंथरला होता. त्यावर गोल आकाराच्या फुलांच्या डिझाईनचा कागद चिकटवलेला होता. हे सर्व पाहून मन उदास झाले अन् हे हट्टीपणाने आज्ञा न घेताच वायुलहरीप्रमाणे गतिमान झाले अन् जाऊन पोहोचले तुळसाईच्या मेंढरात.

लहाणपणी आमच्या आईकडे तुळसाई यायची. ती जातीने धनगर होती, पण आईचा आणि तिचा खूप चांगला संबंध होता. ती दररोज संध्याकाळी कितीही थकून आली तरी दुकानात सामान घ्यायच्या निमित्ताने यायची अन् तास न तास गप्पा मारत बसायची. कधी मुलाचं तर कधी सुनेचं गाऱ्हाणं सांगून मन मोकळं करायची. गावात डॉक्टर नसल्याने गावातील शेकडो मायमाऊल्यांचे बाळंतपण तिनेच केले. पंचवीस तीस वर्षांपासून ती हे समाजकार्य फक्त एका साडीचोळीवर करायची, कुठलाही आर्थिक मोबदला न घेता. अशी अविरत सेवा ती अर्ध्या रात्री जरी एखादी महिला आडली तर आढेवेढे न घेता तिच्या घरी जाऊन सुखरूप बाळंतपण करायची. त्या बाळ–बाळंतणीला न्हाऊ घालायची. तिला कोणती पथ्यं द्यायची याकडे स्वत: लक्ष द्यायची. बाळंतणीला विविध प्रकारचे काढे करून पाजायला सांगायची.

तुळसाईचे बरेच वय झाल्याने सर्व अंगावर भूकंप आल्यासारखे रेषांचे जाळे पडलेलं दिसायचं. तोंडाचं बोळकं झाल्याने ती जेवण करायला लागली की मी तिच्या तोंडाकडेच पाहात राहायची. मला तिची खूप दया यायची. इतर मुली तिला खूप चिडवायच्या. पण इतके वय झाले तरी सुरक्षित बाळंतपण करण्यात तिचा गावात कुणीही हात धरू शकत नव्हता. माझे पहिले बाळंतपणही तुळसाईनेच केले. कुठलाही डॉक्टरी इलाज न करता, घरच्या वनौषधीने मला तिने तंदुरुस्त केले होते.

तुळसाई जेव्हा जेव्हा यायची तेव्हा रिकाम्या हाताने कधीच यायची नाही. कधी मेंढराचं दूध, तर कधी खवा आणायची. मग आमची आई त्यात साखर कालवून सर्वांना सारख्या वाटण्या करून द्यायची. म्हणून तुळसाई आली की आम्हाला खूप आनंद वाटायचा. मेंढराच्या दुधाचा चहा मुद्दाम करायला लावायची. वडिलांना तो खूप आवडायचा, पण आईला मात्र तो आवडायचा नाही. पण आई म्हणायची, ''मला नको, त्याचा वासच येतो.'' मग तुळसाई सांगायची, ''अगं हे दूध लई चांगलं असतं. मेंढरं रानात अनेक प्रकारचा झाडपाला, वनस्पती खातात म्हणून त्यांचं दूधबी कोणत्याबी रोगावर उपयोगी असतं. अन् टि.बी.च्या माणसाला

तर रोज बकरीचं, मेंढराचं दूध प्यायला दिलं तर हा रोग लवकर बरा होतो म्हणतात.'' आम्हाला मात्र त्यावेळेला काहीच कळायचं नाही. आमचं लक्ष फक्त खवा फस्त करण्यातच असायचं. पण आज त्याचं महत्त्व खरंच जाणवतं.

आम्ही थंडीच्या दिवसात सकाळी सात वाजताच शेतावर जाऊन जळणासाठी रानातल्या गोवऱ्या जमा करायचो. तेव्हा शेताच्या बाजूलाच एक ओढा वाहत असायचा. त्यातील झुळझुळ वाहणारं पाणी मनाला मोहिनी घालायचं. त्यावर गोल गोल घिरट्या घेणाऱ्या पाणकवड्या पाहून खूप मजा वाटायची. आम्ही त्या ओंजळीत घ्यायचो. टणकण उडी मारून त्या पाण्यात जायच्या. असा खेळ कितीतरी वेळ चालत राहायचा.

मग पुढे निघालो की बाजूच्या शेतात, तर कधी आमच्याच शेतात भला मोठा दीड-दोनशे मेंढराचां कळप बसलेला दिसायचा. त्यांच्या बाजूला दोन तीन धनगरं, त्यांच्या अंगावर काळी घोंगडी, डोक्याला फेटा बांधलेला असायचा. हातात लांब काठी, बाजूला दोन तीन कुत्री बसलेली दिसत. या मेंढ्या थंडीने कुडकुडायच्या. मग थोडे ऊन पडले की धनगर लोक त्यांच्या अंगावरचे लांब लांब केस कापायचे. तेव्हा मला खूप वाईट वाटायचे. मी म्हणायचे, ''उगीच केस कापतात, त्या मेंढराला किती त्रास होत असेल.'' सोबतच्या मैत्रिणी म्हणायच्या, ''हे धनगर काही उगीच केस कापत नाहीत, या केसांची ते घोंगडी करून विकतात. नाही तर हे केस शहरात जाऊन विकतात. त्यातून त्यांना थोडेफार पैसे मिळतात. त्यावर त्यांचा खर्च भागतो. या मेंढ्यांच्या केसांची लोकरही बनवितात. ही घोंगडी खूप गरम असते. तेव्हा मी म्हणे जाऊ द्या, आपल्याला काय देणे घेणे. पण आई मात्र थंडीत घोंगडीच पांघरायला द्यायची. तेव्हा मी म्हणे, लई टोचते. तुळसाईने दिलेल्या दोन घोंगड्या पण मी कधीच त्या पांघरायची नाही. पण आज वाटते, ती घोंगडी आपल्याकडे पाहिजे होती.

काही क्षण गेले आणि मनात विचार आला, ही मेंढरं अशी आळीपाळीने शेतात का बसवत असतील? किती घाण करून ठेवतात ते शेतामध्ये? नुसते लेंड्यांचे ढीग पाहून मला किळसच यायची. दुसऱ्या दिवशी वडील रोजदार लावून त्या लेंड्या सर्व शेतात पसरून द्यायचे. हे सर्व पाहून माझ्यासमोर अनेक प्रश्न निर्माण व्हायचे. पण वडिलांना विचारायची हिंमत व्हायची नाही. त्यांना असे प्रश्न विचारलेले आवडत नसे असे नाही, पण काळजात धडकी भरायची. मग पुन्हा तेच तेच प्रश्न डोळ्यासमोर येत असत.

एक दिवस आम्ही शेताजवळून चाललो तर तुळसाई डोक्यावर वेताची पाटी घेऊन चाललेली.

''काय तुळसाई, या टोपल्यातील गाडग्यात काय आहे. खवा का मेंढराचं दूध?''

''यात गोज्या हाय. तोह्या आज्यालं नं मामालं नेहरी घेऊन चाललीया.'' ती म्हणाली,

''ते काय असतं? काही गोड पदार्थ आहे का आई? खव्यासारखा असेल तर आम्हाला दे.'' मी म्हटलं,

''खाते का तू?''

''दाखव अगोदर.''

''अग, पोरी, रातीच्या उरलेल्या भाकरी मेंढराच्या दुधात शिजवायच्या, त्याला गोज्या म्हणतात.''

''नको, खवाच दे.'' मला एकदम किळसच आली.

''खाऊन तर बघ.'' असे म्हणत तिने मला जबरदस्ती दोन तीन घास खायला लावले आणि ते एवढे रुचकर लागले की त्याची चव अजूनही जिभेवर रेंगाळल्यासारखी वाटते. तुळसाई म्हणाली,

''लवकर जा पोरी. उन तळपायच्या आत घराला जा.''

तुळसाईने माझ्या तोंडावरून हात फिरवला. तिचे ते भूकंप आल्यासारखे हात हजारो रेषांनी भरलेले होते. तिचा तो खडबडीत हाताचा स्पर्श मला तेव्हा किळसवाणा वाटला; पण आज कळते त्या हातात किती माया होती. किती आशीर्वाद होते. निस्वार्थी प्रेमाचा ओलावा होता. आज हे प्रेमळ हात तोंडावरून फिरत नाहीत. ते फक्त पैशाच्या प्रवाहात लुप्त होण्यासाठी पुढे सरसावतात. आजही ते गंधित दिवस आठवले की, तुळसाईचं ममतेचं रूप समोर उभे राहते. अन् वाटते, परत परत जावं त्या गावात आणि अनुभवत राहावा हा नि:स्वार्थ प्रेमाचा नितळ झरा. आज तुळसाई आम्हाला सोडून गेली. आम्हाला पोरकं केलं पण कोणत्या तरी रूपात ती भेटेल का? पुन्हा डोळे ओलावतात पण त्यात तिची निस्तेज मूर्ती असते. डोळे तिच्या प्रेमावाचून कोरडे झालेले असतात.

आज जेव्हा शहरात परराज्यातील मेंढरांचे ताफे बसलेले असतात त्यांच्या सोबत काळ्या कपड्यात घागऱ्यासारखी शिवणीची वेषभूषा केलेल्या स्त्रिया, त्यांच्यासोबत उंटाच्या पाठीवर सामान वाहून नेणारी खाट, त्यातील उंचेपुरे पुरुष,

डोक्यावर फेटा, लांब लांब मिशा, वेगळ्याच प्रकारचे धोतर, घेरदार शर्ट. पण घोळक्यात हरवलेली प्रेमळ, जिव्हाळ्याची, वात्सल्यस्वरूप तोंडावरुन हात फिरवणारी तुळसाई कुठेच दिसत नाही. कुठे हरवली असेल ती आजी? परत मिळेल का एखाद्या वाटेवर? तिच्या हातचा मायेनं बनवलेला खवा, तिच्यातील समाजसेविका, जी तिच्यात दडलेली एक डॉक्टरीण, जी हसतमुखाने बाळंतिणीला मानसिक आधार देऊन नैसर्गिकरीत्या तिला मातृत्वाचा आनंद बहाल करणारी. कुठलंही शुल्क न घेता, कुठलही औषध न देता, तिला फक्त मानसिक आधाराने आणि प्रेमानेच तिच्या वेदना शमवायची. कोणत्या कळपात हरवली असेल ती? तिला रडवेल्या स्वरात हाक मारावीशी वाटते. लवकर येऊन तुझ्या मायेचे छत्र दे म्हणावं असं वाटतं. या भूतकाळात मन रपेट करीत राहते आणि समोर उभं राहते शहरी जगण्यातलं वास्तव. गजबजणारा कर्णकर्कश आवाज, पायाला चाकं लावल्याप्रमाणे धावणारी माणसं. या निष्ठुर धावपळीच्या जंगलात समेटून घेते मी स्वतःला आणि शोधत राहते पुन्हा प्रेमाची साद घालणारी हाक, काळाच्या ओघात लुप्त झाली आणि आपलं समाजकार्य, निष्काम सेवेची शिदोरी इथेच सोडून कोसो दूर, एकटीच, परत न येणाऱ्या प्रवासाला निघून गेली. आठवणींचे गाठोडं मात्र कायमचं सोडून गेली. पुन्हा सोडून पाहण्यासाठी.

***

- १० -
बंद लिफाफा

का कुणास ठाऊक, आज सकाळपासूनच मन अगदी उदास, खिन्न, कुठल्यातरी दडपणाखाली असल्यासारखे वाटत होते. सकाळची उद्यानाची शोभाही आज मनाला उल्हासित करीत नव्हती. कसे निश्चल, बैचेन कुठल्यातरी गर्द अंधारात उगीच नकळत सैरभैर करणारं मनाचं फुलपाखरू का असे नकळत घिरट्या घालून दमल्यासारखं झालं होतं. अन् क्षणात दारावरच्या बेलवर जाऊन विसावलं. क्षणाक्षणाला होणारी घालमेल का उगीच मनाविरुद्ध जाऊन बंड करत होते. कोणत्याच कामात लक्ष लागत नव्हतं. मनावर किती तरी दिवसांची जळमटे साचली होती. ती निस्तरण्यासाठी का कुणी आपलं असलेलं माणूस त्या वेदना व्यक्त करायला हवे. की एखाद्या डोंगराच्या निसर्गरम्य झाडीत जाऊन निळ्याशार झऱ्याच्या खळखळाटाला कवेत घेऊन धावावं असे अनेक प्रश्नांचे थैमान काळजात घोडदौड करत होते. हृदयाची धडधड अचानक वाढली. डोळे जणू काही कशाच्या तरी प्रतीक्षेत असल्यासारखे वाटू लागले. पण नेमकी कशाची प्रतीक्षा असावी याचे उत्तर मात्र शोधूनही सापडत नव्हते. डोक्यात नको त्या अभद्र शंका कुशंका, भलत्यासलत्या विचाराने मेंदूच्या चिंधड्या करून टाकत होते.

डोळ्यावर संशयाची काजळी पसरली होती. काही शुभ तर काही अशुभ संकेत जाणवू लागले होते. विचारांचा न खंडणारा प्रवाह अविरत पाझरत होता. पण त्याला हवा तो किनारा गवसत नव्हता. मनाची द्विधा मनस्थिती झाली होती. एक रडत होते तर दुसरं काहीसं हळवं होऊन अनामिक होणाऱ्या घटनेची वाट पाहात होते. असंख्य विचारांचा प्रचंड सागरप्रवाह न थांबणाऱ्या लाटा उचंबळून धडाधड काळजावर आपटून ते जखमी करीत होतं. पण हे मात्र मी अगदी एकटीच अनुभवत होते. डोक्यात मुंग्या येऊन फुटेल की, काय असे वाटत होते. उंचच उंच लाटांना

अजूनही कोणताच किनारा गवसला नव्हता. मग आता ही वादळानंतरची शांतता असावी की वादळ येण्यापूर्वीची पूर्वसूचना असावी. मनाची स्थिती सोसाट्याच्या अथांग वादळाप्रमाणे झाली होती. त्या अनेक प्रश्नांच्या वादळात मनाची होडी डळमळत, हेलकावे खात जणू खोल तळाशी जाऊ पाहात होती. खोल खंदकातील पाण्याचा जसा अंत लागत नाही तसाच अनेक आ वासून उभ्या राहिलेल्या प्रश्नांचाही अंत होईल की नाही या विचाराच्या भोवऱ्यात मी गुरफटून गेले होते.

आता मात्र शांत होऊन मी दार लोटले आणि निवांत बसून पुस्तकाचे पान उलगडले. डोक्यात झिणझिण्या येणारे सर्व विचारांचे लोट क्षणार्धात झुगारून दिले. पहिल्याच पानावर लिहिलेले सुंदर वाक्य वाचण्यात एवढी तल्लीन झाले की, वाजत असलेली डोअरबेल पण मला लवकर ऐकू आली नाही. बराच वेळ वाजत असलेल्या डोअरबेलच्या आवाजाने भानावर येऊन दरवाजा उघडला. समोर पोष्टमन उभा होता. त्याला काय बोलावे, क्षणभर मला काहीच सुचेना. पण त्याने अलगद एक बंद लिफाफा हातात ठेवला आणि हसतमुखाने म्हणाला, ''मॅडम, बंद लिफाफा बरेच दिवसाने आला. काही गोड बातमी असेल तर चहा मात्र निश्चित झाला हं.'' मी म्हटलं, ''अहो, गोड बातमीच कशाला हवी. असाही चहा पिऊन जा.''

मी स्वखुशीने पाच रुपये त्याच्या हातावर टेकविले. तो आनंदात निघून गेला. मग पुन्हा तो लिफाफा हातात घेऊन मी तशीच उभी राहिली. आता तर मनातील विचरांचा प्रवाह अधिक गतीने धावू लागला होता. लिफाफा तसाच हातात ठेवून किती तरी वेळ त्यावर फक्त नजर फिरवीत राहिले. तो फोडावा की नाही? काय असेल त्यात? दु:खद बातमी असेल का? शरीराला इंगळ्या चावल्याप्रमाणे जखमा करणारे कटू शब्द असतील का? की आनंदाचे कारंजे थुईथुई उडणारे शुभ शब्द असतील? मन नुसतेच शब्दयुद्धाचे द्वंद्व करीत घायाळ पक्ष्याप्रमाणे झाले होते. तो फोडण्यासाठी हात थरथरत होते. पुन्हा भूतकाळ माझ्या मानगुटीवर स्वार होऊन आपले राज्य करण्यास सरसावला होता. नको त्या क्षणी नको ती आठवण उगीच का जागी होऊन एखाद्या शत्रूप्रमाणे पाठलाग करीत असेल. शब्दद्वंद्वाने हृदयाला अनेक भेगा पडत होत्या. जणू ग्रीष्माच्या उन्हाने धरतीला असंख्य भेगा पडाव्या तशी अवस्था झाली होती. शारीरिक आजारावर उपचार करता येतात पण मनाच्या आजारावर डॉक्टर कोठून आणायचा. त्यावर काय उपाय आहे? मग स्वत:च मनाची चिकित्सा करायची, की आहे त्याच स्थितीत त्याला सोडून द्यायचे आहे? पुन्हा प्रश्नांचा भला मोठा डोंगर, जुने विरलेले

वस्त्र हातात घ्यावे आणि त्याला ठिकठिकाणी छिद्रे पडावी असेच काळजाला दुखऱ्या, बोचऱ्या आठवणीने तडे जात होते. सगळे बळ एकवटून, मनाचा हिय्या करून पत्र फोडले आणि वाटले होते, काय काय त्या लिफाफ्यात वाढून ठेवले ते देवच जाणे. पण जेव्हा त्यातील एक एक वाक्य वाचायला सुरुवात केली. तेव्हा क्षणभर डोळ्यावर विश्वासच बसेना. आज हे पत्र एका वेगळ्या पद्धतीने लिहिले होते. त्यात गरळ ओकणारे शब्द नव्हते की काळजाला हजारो छेद करणारी वाक्ये नव्हती. काळाकुट्ट भूतकाळ संपून जणू नव्या दिशेला झेप घेण्यासाठी पाठीवर प्रोत्साहनाची थाप होती. मनाला घायाळ करणारे तळपत्या तलवारीचे वार करणारा आशय नव्हता.

आज पहिल्यांदाच ते पत्र मी कितीतरी वेळा पुन्हा पुन्हा वाचत होते. ते हातावेगळे करूच नये, त्याला घट्ट घट्ट हृदयाशी धरून खूप खूप रडावे. कारण मन हे असे शत्रू आहे, त्याला दुःखही सहन होत नाही अन् सुखही सहन होत नाही. या दोन्ही स्थितीत ते माणसाला रडवत असते. मनावरील मळभ दूर करण्यासाठी रडणे हाही एक जालीम उपाय आहे ना. किती तरी वर्षांनी माझ्या काळजाची सल ओळखून जिवाभावाच्या नव्हे तर भावबंधाच्या माणसाने हे पत्र लिहिले होते. दुसऱ्याच्या अंतरातील वेदना ज्याला कळतात तोच खरा बुद्धिजीवी, मानसिकता ओळखून वागणारा खरा व्यक्ती असतो. मनातील अचूक भाव, विचारांची झालेली गर्दी, आयुष्यातील घडामोडी, समाजातील बोचणारे अनुभव, त्यांच्याशी केलेला संघर्ष हे सर्व गुपित जणू त्याने अंर्तज्ञानाने जाणले होते. जो इतरांचे अंतर जाणतो तो जीवनात सफल होतो आणि इतरांनाही त्या दिशेने जाण्यास दर्शवितो.

जी जखम कधीच खपली धरत नाही ती सदा न् कदा भळभळत राहते. पण तिच्यावर एखादा तरी उपचार करणारा जालिम वैद्य मिळतो तेव्हा मात्र त्या जखमी माणसाला स्वर्ग मिळाल्याचा आनंद होतो. ते पत्र पुन्हा पुन्हा वाचून आनंदाच्या उकळ्या फुटत होत्या. अक्षर तर एकदम मोत्याप्रमाणे सुंदर वळणदार होते. त्यातील वाक्यरचना एखाद्या मूर्च्छित माणसाला चेतना देण्यासारखी होती. आपल्या सुंदर वाक्यरचनेने तो जणू नव्या जोमाने लढण्याचे, योग्य त्या वाटेवर पोहोचण्याचे आवाहन करत होता.

असे अमृतरूपी पत्र वेगळ्या जीवनाला सुरुवात करण्यसाठी जणू देवदूत बनून आले होते. एखादी बोटभर चिठ्ठीही खरंच माणसाच्या जगण्याला नवा आयाम प्राप्त करून देते. खरंच, या पत्रात माणुसकीची जाण असलेले शब्द, मायेचा

ओलावा, प्रेमाचे कवच, स्नेहाचे दालन, दोन अंतरातील ठाव घेणारी तेवत असणारी ज्योत दिसत होती. अंधाऱ्या रात्री अचानक सुखद चांदणे पडावे, चातक पक्षासाठी मृगाचा पाऊस धो धो कोसळावा आणि त्याच्या आनंदाला पारावार उरू नये असेच काहीसे आज अघटित झाले होते. गोठलेले रक्त सळसळल्यागत वाटत होते. अजूनही पुन्हा पुन्हा ते वाचत रहावे आणि वाटले, हे सर्व खरे आहे ना? मी स्वप्नात तर नाही ना? माझ्या कानात हे शब्द तर कुणी गुंजन करत नाही ना? हा नुसता भास तर नाही ना?

मी स्वत:लाच चिमटा घेऊन पाहिले. तेव्हा ते स्वप्न नव्हते तर एका सत्याशी पुन्हा वाटचाल करणारा रस्ता होता. भूतकाळ नव्हता, वास्तवात प्रखरतेने तावून सुलाखून निघालेली सत्यस्थिती होती. खरंच, समाजात किती माणसे वावरतात पण प्रत्येकाच्या अंगी काही वेगळी खुबी असते. कुणाला बोलून प्रेरित करण्याची, कुणाला लिखाणाने प्रोत्साहन देण्याची तर काहींना हेवादावा करून खाली पाडण्याची. व्यक्ती तितक्या प्रवृत्ती म्हणतात तोच हा वेगळा अनुभव होता. किती विसंगती होती.

काही व्यक्ती इतक्या सुंदर मर्मभेदी पत्र लिहू शकतात, की भूतकाळ विसरून वास्तवात परिस्थितीशी झगडण्याची, आलेल्या संकटाला टाच मारून पुढे धावण्याची, जखमेला गोंजारत न बसता फुंकर मारून पुढे जाण्याची शक्ती त्यात असते. हे वाचून मला तर आता रडू कोसळले होते पण हे रडणे दुख:दायक नव्हते तर सुखकारक होते. डोळ्यातून गंगाजमुनांचे शुभ्र पाट रखरखीत उन्हाळ्यातही भर भरून वाहत होते. हे अशुद्ध पाट विराणरूपी समुद्राला मिळून त्यात विलीन होत होते. आणि पुन्हा नव्या जीवनरूपी पाण्याचा प्रवाह सुरू झाला त्या पाण्यावर आता संशयरूपी बुडबुडे नव्हते. क्षणिक मोहात खोल दरीत नेऊन तळाशी बुडविणारे भोवरे नव्हते, शेवाळरूपी बुरसटलेले विचार तर नव्हतेच तर खळखळाट करून वाहणारा समुद्र होता. मंदधुंद फुलणारे हास्याचे कारंजे होते. दोन मनातील विश्वासाची, आत्मीयतेची ज्योत होती. कधी कधी वाटायचे, आपल्याला फक्त काट्याप्रमाणे बोचणरी शब्दरूपी शस्त्रंच गवसतील की काय? पण नाही, उन्हाळ्यानंतर पावसाळा हा तर ऋतुचक्राचा नियमच आहे. मग तो माणसाच्या बाबतीतही तसाच असतो. अंधाऱ्या रात्रीच्या गर्भातूनच उष:काल होत हे सत्य आज तरी खरे वाटत होते.

आजही या अवाढव्य जगाच्या अफाट जनसंख्येच्या सागरात अनेकविध लोकांच्या विचारांच्या शृंखलेत वावरताना नेत्रांबरोबरच विचारांच्या लाटाही उचंबळून

येतात. अन् चांगल्यावाईट माणसांचा शोध घेत धावत सुटतात.

आजही जेव्हा केव्हा मन सैरभैर होते तेव्हा, कुठल्याच कामात लक्ष लागत नाही, मन बैचेन होते. तेव्हा मी हा सुंदर लिफाफा हातात घेते आणि त्यातील सुवर्णरूपी शब्द वाचते तेव्हा सुखावून जाते. शब्दांनीच शब्दांना सप्तसुरांचे संगीतमय रूप येते आणि त्या झंकारातून सुंदर भावगीत निर्माण होते. शब्दांतूनच शब्दांची वीण तयार होते. आणि याचा आनंद अख्ख्या जगाला उल्हासित करतो. म्हणून तर शब्द हे शस्त्रही आहे आणि अस्त्रही. ते वाटेल तिथे आणि तेवढ्यापुरते मर्यादेने वापरले तर बरे. नाही तर ते युद्ध पेटवतात मनामनात. घराघरात, राज्याराज्यात, देशविदेशाला बेचिराख करतात, म्हणून तर बोलून गेल्यानंतर विचार करण्यापेक्षा शब्द उच्चारण्याआधी विचार करून बोलले तर हे युद्ध पेटणार नाही. असा हा बंद लिफाफा अद्‌भुत रूपात हातात आला आणि खूप काही आशा आकांक्षाला नवी झळाळी, नवे बळ देऊन स्थिरावला. घराच्या एका रित्या कोपऱ्यात नाही, तर अंत:करणाची ज्वाला प्रज्वलित करणाऱ्या कप्प्यात.

***

– ११ –
यशोशिखर

माणसाचे जीवन म्हणजे नियतीच्या हातचे बाहुले. कालचक्र जसे फिरेल तसा मनुष्यही कळसूत्री बाहुलीगत नियतीच्या फेऱ्यात गुरफटत असतो. आणि यात एखादी आनंदाची झुळूक अचानक येते आणि मग त्या येणाऱ्या आनंदाला पारावारच उरत नाही. दु:खाच्या निर्मितीतूनच सुखाचा धागा सापडतो आणि मनुष्य आपलाच आपल्याशी हेवा करू लागतो. उंच उंच उडणारा पतंग जशी आकाशाला गवसणी घालू पाहतो पण त्याची दोरी खेचण्यासाठी आपल्याच हातात असते. मग ती सैल सोडायची की पतंग काटायची स्पर्धा सुरू होते.

एखादे आनंदाचे गुज कळाले की, किती हर्ष होतो मनाला त्याचे वर्णन करण्यास शब्दही तुटपुंजे पडतात. गात्रा गात्रात हेलकावतात आनंद लहरी, आपले एखादे स्वप्न अपूर्ण असेल तर आपण अहोरात्र त्यासाठी कष्ट घेत असतो. ते स्वप्न जेव्हा सत्यात उतरते तेव्हा मनाची अशी काही अवस्था होते की, मन आनंदाने थुईथुई नाचू लागतं. आणि तो आनंद वाटण्यासाठी आपणास जवळचं कुणी तरी हवे असते पण त्याचं वेळेला आपलं माणूस इतकं दुरावलेलं असते आणि मग मनाची घालमेल सुरू होते. आपलचं मन आपल्याशी सुसंवाद साधू लागतं, तर कधी दु:खाची श्वापदे मागे लागल्यागत बैचेन होतं.

स्वप्नं फक्त माणसाला जगण्याची प्रेरणा देतात. तर बुद्धिजीवी माणसं त्याची मार्गदर्शक ठरतात. ते स्वत:साठीच न जगता इतरांनाही जगण्यासाठी उत्स्फूर्त करतात. या स्वप्नांची, ध्येयाची परिभाषा तिला कळली आणि तिने त्या दिशेने झेप घेतली. कधी तिला अनेकांनी खाली खेचले, तिच्या मार्गात असंख्य काटेरी कुंपणे घातली. तरीही पंख तुटलेल्या पक्ष्याप्रमाणे रक्तबंबाळ होऊन, त्या जखमांचा कधीही विचार न करता येणाऱ्या यशाच्या वाटेने ती मार्गक्रमण करत राहिली. पण

हार हा शब्द कधी तिच्या कोषात दिसलाच नाही. म्हणूनच आज ती जी स्वत:च्या धैर्याने एका अनोख्या वळणावर जाऊन बसली. हरणे हा मूळ स्वभावच नसल्यामुळे समाजाची पर्वाही कधी केली नाही. कारण समाजाची रीतच अशी आहे की तो कोणत्याच प्रकारे आपणास जगू देत नाही. चांगले केले तरी नावेबोटे ठेवणारच आणि वाईट केले तरीही बोटे दाखवणारच, मग आपणच आपल्या मनाला योग्य वाटेल ते स्वीकारायला काय हरकत आहे.

आज तिने समाजाची कुंपणे तोडून जे काही केले त्यातून चांगले फलित निघाले तेव्हा तोच तिरस्कार करणारा समाज आज डोक्यावर घेऊन नाचतो आहे. तिचेही एक उराशी चांगल्या कल्पनेने बाळगलेले स्वप्न साकार झाले, वास्तवात ते खरेही ठरले. पण आपण जे स्वप्न पाहतो ते डोळसपणे पाहिले तर त्यात नक्कीच यश मिळते. आज तिचं स्वप्न, ध्येय, ईर्षेने उचललेले पाऊल यशाची किनार लावून आले. हे स्वप्न जेव्हा सत्यात उतरले तेव्हा तिचा तिच्यावर विश्वासच बसेना. एका आनंदाच्या बातमीने जसा तिला स्वर्गच गवसल्याचा आनंद झाला. हे खरे तर आहे ना? केवळ मनाचा भास आहे? क्षणभर ती दिग्मूढ होऊन पाहातच राहिली.

खरे तर हे स्वप्न, हे यश तिचे असले तरी त्याला यशस्वी करणारा मार्गदर्शक कुणी तरी दुसराच होता. स्वप्नं तर सगळीच जण पाहातात पण त्यात गुंतागुंतही तितकीच असते. आडमार्गाने यशोशिखराची वाट व्यापलेली असते. वेळेवर कोणता मार्ग सोईस्कर आहे याचा विवेकच हरवून बसतो. त्याला कल्पना सुचत नाही. त्याला योग्य मार्ग दाखविण्यासाठी कुणी तरी हवा असतो. मगच तो मार्ग सुकर होतो. तिलाही त्याने दाखविलेल्या मार्गावर चालण्यासाठी थोड्याशा यातना, अपेक्षाभंग, कडवट टोचणारी बोलणी, अनेक विषारी प्रतिक्रिया ऐकून कधी कधी तिचं मन पेटून उठायचं. तर कधी गदगदून विचार करायला प्रवृत्त करायचं. यातून नक्कीच काही तरी चांगला ठेवा हाती लागेल. कुणाच्या अपमानात कुणाचं भविष्य दडलेलं असतं. ध्रुवाच्या सावत्र आईने त्याचा अपमान केला नसता तर त्याला ध्रुवपद भेटलं नसतं. तसंच आपल्या जीवनातही कुणी तर आपली अवहेलना करणारे भेटले तरच आपल्यालाही ईर्षा उत्पन्न होते. संघर्ष, जिद्द, चिकाटी या सर्वांची सांगड घातली तरच यशाच्या सर्वोच्च शिखरावर आपणास पोहोचता येईल. म्हणतात ना, प्रयत्ने वाळूचे कण रगडिता तेलही गळे. तसेच प्रयत्न आपण केले तरच यश आपल्या मागे धावत येते. आपल्याला त्याच्या मागे धावण्याची गरज

नाही.

पण त्यासाठी स्वत:वर आत्मविश्वास, कष्ट करण्याची तयारी ठेवावी लागते. प्रत्येक यशासाठी काही तरी हालचाल करणे गरजेचे आहे. नसता दगडात आणि आपल्यात काय फरक. आपल्या यशाची पायरी खडतर असली तरी काही माघार घ्यायची नसते. या खडतर वाटेतूनच जीवनाचा मार्ग सुकर होतो. हे यश आपण सहजासहजी गाठू शकत नाही. तर त्यासाठी प्रत्येकाच्या बुद्धीनुसार ते प्रयत्नांनी मिळत असते. त्यासाठीही संघर्ष, जिव्हारी लागणारे शब्दबाण, इतरांशी केलेली तुलना असेल तरच आपण ध्येयाने पेटून उठतो. आणि हम भी कुछ कम नही हे जगाला दाखवून देतो.

तशीच तू जागृत केलेली आशेची ज्योत आणि तिला जिव्हारी लागणारे एक एक शब्दबाण आठवून तिचेही मन पेटून उठायचे. आणि तेव्हाच तिने निर्धार केला की आपल्यातही काही कमी नाही. तू जे काही मिळवलं ते आम्ही का मिळवू शकत नाही, या विचाराने तिच्या अंतरात्म्याला तिने हाक दिली व त्याच दिशेने सफलतेचे एक एक पाऊल उचलत राहीली. आज तुझ्या कडवटपणाच्या शब्दबाणांच्या प्रेरणेने ती सफल झाली आणि यशाची एक एक पायरी सर करीत गेली. अशा अनेक शिड्या तू रचून ठेवल्या आहेत. तिच्या बुद्धीनुसार त्या यशस्वी करण्याचा प्रयत्न ती निश्चितच करीत राहील.

जगात चांगली, वाईट अशी दोनही प्रकारची माणसं असतात. काहींना वाईट ही एकच बाजू दिसते तर काहींना चांगली बाजूही दिसते. त्याला अनुसरूनच ते इतरांनाही चांगला सन्मार्ग दाखवितात. त्यातलाच तूही एक होतास. दुसऱ्याचे भले चिंतणारा. वाईटातूनही चांगलं घडविणारा. म्हणून तर तू जगाची पर्वा न करता फक्त आपले मौलिक विचार चाकोरीविरुद्ध जाऊन इतरांना दिले. आज याच विचारांच्या दिशेने जाऊन तिने जे यश संपादन केले याचे सर्व श्रेय मात्र तुलाच आहे. ती मात्र निमित्तमात्र आहे. जेव्हा एखादी यशाची बातमी ऐकायला यायची तेव्हा तू घालून दिलेल्या नियमांची आवर्जून आठवण यायची. पण हे यश तुला सांगण्यासाठी तू मात्र त्यावेळेला किती दूर गेलेला असायचा. जेव्हा एखाद्या यशशिखरावर ती चढून जायची तेव्हा हा जन्म तिला कृतार्थ झाल्यासारखा वाटायचा. या आनंदी वार्तेने ती हरखून जायची. क्षणभर डोळ्यावर विश्वास बसायचा नाही. हृदयाचे ठोके चुकायचे. आनंदाश्रूंनी डोळ्यात पूर दाटून यायचा. क्षणभर मन शंकाकुशंकांनी उचंबळून यायचे. ही आनंदी वार्ता खरी आहे ना? का नुसता भास

आहे? भेदरट मन पुन्हा सैरावैरा पळू लागायचे. कारण मनाची अवस्थाच तशी असते. ते सुखातही रडत असते आणि दु:खातही रडत असते.

जे इवलसं रोपटं लावलं होतसं त्याचा आज सुंदर, डेरेदार वृक्ष होऊन त्याची रसाळ फळे चाखण्याची वेळ आली होती, पण त्या क्षणी तू मात्र नव्हतास. तू दाखविलेल्या सन्मार्गानं ती चालत राहिली, खरा तर हा मार्ग दोघांचा होता. या नावेचे प्रवासी दोघेही होते, कधी प्रेमाने हसत खेळत मार्ग क्रमित होते पण हा मार्ग शेवटपर्यंत दोघेही पार कर शकू याची शाश्वती देता येत नाही. किंवा मांडलेला डाव आपण दोघेही जिंकू हा पण भरवसा नाही. यात एकाची हार एकाची जीत होतच असते. या डावात तू फार पहिला सफल होऊन गेलास. ती मात्र एकाकी एकटीच आपल्या पुढील प्रवासाला निघाली. आता एकटीच डाव मांडून खेळते पण त्यात तुझी कमतरता क्षणोक्षणी जाणवते. मग तो आनंदाचा क्षण असो की दु:खाचा.

आज प्रसंगीही दु:खाची श्वापदे पिच्छा सोडत नाहीत. उजेडासोबतच रात्रीलाही तेवढचं महत्त्व असतं. कारण रात्रीच्या उदरातूनच उष:काल होत असतो. फुलं उमलतात दुसऱ्याला सुगंध देण्यासाठीच. त्यांच अस्तित्व कुणाला जाणवत नाही. ती नियमित सुगंध देत राहातात. कसलाही मोबदला न घेता. भेदभाव न करता आणि सुकून जातात. इतरांसाठी जन्मभर ज्याची अंत:करणात पूजा करावी तेच अंत:करण कुणाच्या तरी हेव्यादाव्याने छिन्नविच्छिन्न होऊन त्याचे तुकडे जमा करीत बसावं असचं काहीसं तिच्या व त्याच्या बाबतीत झालं असावं. विचारांच्या माध्यमातून माणसं एकमेकांच्या जवळ येतात. शब्दांच्या देवाणघेवाणीचं सर्वश्रेष्ठ माध्यम संशयकल्लोळ माजवून अग्निज्वाला पेटविण्याचं काम करत असतात. मग अग्नीवर कितीही पाणी टाकलं तरी ती आग सारखी धुमसतच राहते. त्यातून निघणाऱ्या धुराशिवाय माणसाच्या हातात काहीच उरत नाही.

तुझी प्रेरणा आजही तिच्या अंत:करणात कोरलेली आहे. जसे आत्म्याला शस्त्र तोडू शकत नाही, अग्नी जाळू शकत नाही, तसेच ही प्रेरणा तिच्या अंत:करणातून कुणीही मिटवू शकत नाही. प्रत्येक माणसाच्या अंगात काही तरी गुण असतोच पण त्याला जागृत करणारं, प्रेरणा देणारंही असावं लागतं. त्याने तिच्यात असलेल्या गुणांची जाणीव करून दिली. त्याच्याकडून तिला जीवनाविषयी खूप काही अनुभव शिकायला मिळाले. तो जे जे सांगत गेला त्या त्यावर ती प्रयत्न करीत गेली. प्रत्येक कामात यश मिळवित राहिली.छोट्या छोट्या गोष्टीतूनच जगण्यातला आनंद शोधत गेली. तिच्या संघर्षाला यश प्राप्त झाले. त्याला आठवतही नसेल कदाचित,

ते तुलना करणारे धारदार शब्द. पण तिच्या अजूनही स्मरणात आहेत. ते शब्द आठवले की तिच्यातला सूडाग्नी पेटून उठायचा. रात्रभर शब्दरूपी जखमांचे मलम ती शोधत असायची.

तर कधी यशाचा पाठलाग करत तळमळत धडपड करायची. आज तिच्या यशाची पायरी मजबूत झाली ती केवळ तुझ्या शब्दरूपी शस्त्राने. आज तिचा आनंद गगनात मावेनासा झाला. पण या आनंदाच्या क्षणी तू एखाद्या डोंगरआड लपल्यागत झालास. हा आनंदही तू तिच्या बरोबर वाटून घेऊ शकत नाहीस. या क्षणी यशाची वार्ता तुला सांगण्यासाठी मन आक्रंदत आहे. तू जवळ असूनही तिच्यापासून कोसो दूर असल्याचा भास तिला होत आहे. यात दुर्दैव तिचं म्हणावं, की तुझं?

ज्या क्षणाची ती वर्षानुवर्षे वाट पाहात होती तो क्षण आला. पण दुर्दैवाने जे क्षण एकमेकांसोबत वाटूनही घेऊ शकत नाहीत. पतंगाच्या तुटलेल्या धाग्याप्रमाणे फक्त आकाशात उडणारा पतंग ती पाहू शकते पण त्याला धरण्याचं धारिष्ट्य मात्र काळाने केव्हाच हिरावून घेतले आणि मागे ठेवले फक्त आक्रंदन करणारं मन. हळूहळू भूतकाळात शिरणारं मन. भावनांचा कोंडमारा, विरहाच्या कोरड्या वाळवंटांनी जीव होरपळतो, जवळ दिसणारा पाण्याचा झराही तिला कोरडाच भासू लागतो.

भर उन्हाळ्यात फुलणारा पळस दिसला की, तिच्या स्मृतींना उजाळा मिळतो. गतकाळातील इतिहासातील पाने उलटली जातात. त्यावर शुष्क दर्दभरी कहाणी डोळ्यासमोर तरळते आणि भूतकाळाची तुलना वर्तमानकाळाशी करू लागते. आठवणींचे मोर थुईथुई नाच करू लागतात. नाचता नाचता तिच्या अश्रूंच्या पुराला वाट मोकळी करून देतात. आता तर तिला रडणंही येत नाही. अश्रूंचा पूरही आटत चाललाय. विरहाची गाणी गाण्यासाठी ती अगदी एकटीच बसलीय. तिच्याशी गुजगोष्टी करणाऱ्या भिंतीही आज तिला पारख्या झाल्या आहेत. त्याही तिच्या यशात सहभागी होण्यासाठी टाळाटाळ करीत होत्या. निष्पर्ण वृक्षांप्रमाणे ती एकटीच त्या जंगलात उभी होती. घायाळ हरिणीप्रमाणे वाट शोधीत, मूकसंवाद करीत होती.

माणसांच्या या भयंकर जंगलात कुणी तरी आपुलकी दाखविणारा माणूस नावाचा प्राणी भेटतो का म्हणून ती टक लावून पहात होती. एवढ्या मोठ्या दुनियेत निर्जीव शरीरात प्राण नसल्यासारखी, रंगमंचावर पात्र बदलणाऱ्या कलाकारासारखी; कला चालू असेपर्यंत टाळ्यांचा कडकडाट, नंतर मात्र घायाळ पक्ष्याप्रमाणे तळमळत होती. आठवणींचे पक्षी पिंजऱ्यात कोंडून, फडफडून पंख

तुटल्यासारखी तिची अवस्था व्हायची. जसे स्वच्छंदी जीवन बंदिस्त झाले की सगळेच त्यांना वाळीत टाकतात. अत्तराची डबी काळजात लपून ठेवली तरी तिचं अस्तित्व कधीच कमी होत नाही. तसंच तिलाही त्याचं अस्तित्व घडीघडी जाणवत राहायचे. काही वेळाने समोर उभ्या राहायच्या त्या समाजाच्या खिंकाळणाऱ्या नजरा, ज्यांनी आपणा सर्वांना एका चौकटीत बंदिस्त केलयं ती स्त्री-पुरुष प्रधान संस्कृती. कधी तिला वाटते कोण समाज? त्यांना आपणच खतपाणी घालतो ना? आपणच घडवतो ना त्यांना? मग आपणही त्यांच्यातील एक घटक असूनही का घाबरतो त्यांना? का घालून घेतो या समाजाच्या भीतीच्या तकलादू बेड्या? तरीही मनाला पटत नाही. विचारांनी काळीज गलबलून जाते. आणि धनुर्धरासारखी शब्दांची, विचारांची शस्त्रे गळून पडतात. प्रवाहाविरुद्ध वाहण्याचा प्रयत्न केला तर आत्मघात होईल या भीतीने, या विचाराने ती तुझ्यापासून खूप खूप दूर निघून जाते. परत कधीच तुला न भेटण्यासाठी. पण तुझी विचारपुष्पे, प्रेरणा, सन्मार्ग, निरपेक्ष हेतू या सर्वांचे ओझे सोबत घेऊन ती नेहमीच यशशिखर गाठण्यासाठी हृदय फुटेपर्यंत चालत राहते.

***

– १२ –

आठवणीचे थवे

माणसाचं मन म्हटलं की ते हळवं, हुरहूर लावणारं, जीवघेणी प्रतीक्षा करणारं, चातकाप्रमाणे आपल्या माणसाची आतुरतेने वाट पाहणारं, स्पर्शाची ओढ लावणारं, अंतरातील गुपितांचा ठाव घेणारं. ह्रदय रक्तबंबाळ करणारं, काळीज विरून टाकणारं, जखमांचे ओरखडे ओढणारं, अंतरातील अंधारात चाचपडणारं, वेड्या मनाची समजूत घालणारं, अघोऱ्या काट्याला कवटाळणारं, मुक्तछंद बागडणारं, तर कधी विनाकारण एखाद्या आठवणींच्या मागे धावणारं. त्या क्षणाची बोच जाणवून काळीज कुरतडून टाकणारं, कधी स्वत:ला उगीच कुणाशी तरी बांधून घेणारं, त्याला बिनतक्रार बांधून घेऊन जीवनभर तेच ओझं वागवत मिरवणारं, प्राणापेक्षा इतरांना जपणारं, मनाच्या एका कोऱ्या डायरीत अगदी सुवर्णमय अक्षराने नाव कोरंणारं, एखाद्या सुवर्णअलंकारात हिरा जडवून ठेवावा तसेच एखाद्या कवडीमोल गोष्टीला किंमत देऊन कठीण प्रसंगी विव्हळत तळहातावरील फोडाप्रमाणे सांभाळणारं, त्याला किंचित हवेच्या लहरीसुद्धा लागू नये म्हणून अंतरातील किंमती सिंहासनावर आरूढ करणारं, फक्त त्याच्यासाठीच आपल्या ह्रदयावर हिंदोळे घेणारं, क्षणोक्षणी श्वासात एकच साम्राज्य मिरवणारं, रक्ताच्या प्रत्येक थेंबात मिसळलेलं आठवणींचे रसायन.

कधी रंगहीन स्वप्नलहरी, कधी शांत शीतल जलप्रवाहात उठणाऱ्या मंद लहरी. आपल्या हाकेच्या अंतरावर असूनही मैलोन् मैल, सातासमुद्रापार खूप अंतरावर असल्यासारखे तर कधी प्रत्येक श्वासात तोच सामावल्याप्रमाणे वाटत राहते. बंद डोळ्याच्या कॅमेऱ्यात अंधार असला तर ते चित्र स्पष्ट दिसते. काळोखही दाटून येतो. दोन भुवयांमध्ये दिसतं एक निरांजन, त्यात जणू प्राण समाविष्ट झाल्यासारखे वाटते. त्या प्रकाश किरणात कधी कधी खूप शोध घेतला तरी हाती मात्र काहीच

गवसत नाही. पुन्हा रडवेला सूर आळवावा लागतो. एखाद्या सुखद लहरीचा मंद झोका जरी आला तरी कुठे तरी ते आठवणींचं अस्तित्व जाणवू लागतं. तो स्पर्श नकळत जाणवतो. अगदी संथ, निरामय, निःस्तब्ध, निःशब्द उभा असतो. रंगहीन, निराकार, निर्गुण असाही तो दिसतो. नकळत ध्यानी मनी नसतानाही अनोळखी व्यक्ती समोर येते. आणि ती आपली पूर्वीचे ऋणानुबंध बांधू इच्छिते. इच्छा नसतानाही जीवाला प्रलोभन दाखविले जाते. ती त्यात पुरती बुडून जाते. परत वर येऊन सावरण्याचा प्रयत्न केला तरी खोल कपारीत अडकून बसते. आपल्या अंतरातील ज्योतीवर केवळ आपल्या एकटीचंच स्थान असताना हा उपटसुंभ, आगंतुक येतो आणि घेरलेल्या वावटळीगत भोवऱ्यात गुरफटून घेतो. ती व्यक्ती आपलं स्थान इतकं बळकट करते की, कितीही दूर लोटले तरी अंगाच्या नको त्या सडक्या भागाला बाहेर काढून फेकावे म्हटले तरी ते शक्य होत नाही. प्रत्येक नसानसातून तोच बोलू लागतो. तो येतो आठवणींचे गुंतागुंतीचं जाळं घेऊन. ते असं पसरविले जातं. लालसेपोटी त्यात अडकून पडावं लागतं.

त्या आठवणी कधी वसंत बहार घेऊन येतात तर कधी शिशिर ऋतू घेऊन, जेव्हा शिशिरात वृक्ष पर्णहीन होऊन एका अनामिक शक्तीची वाट पाहत असतात. निर्जीव हाडाच्या सापळ्याप्रमाणे तिष्ठत उभे राहातात. त्यांचा सौंदर्यभार कुणी ऋतूने हिरावून घेतला असतो. त्या आगीत होरपळत असतानाच उद्याच्या कोवळ्या लुसलुशीत पानाच्या बहराने हरखून जातात. कधीच दुःखी, कष्टी न होता इतरांना देत राहतात आपला निवारा.

किती ऋतूचे सोहळे किती काळापर्यंत उघड्या डोळ्यांनी पाहणे, कधी त्यात सामील होऊन ते साजरे करणे हाच असतो त्यांचा वसा. उद्याचा वसंत बहरून येतो. उतावळा होऊन तिचे हिरवे मखमली वस्त्र लेवून आणि बहरून टाकतो. एखाद्या शिल्पकृतीला नवरूप द्यावे तसे निष्पर्ण वृक्षसृष्टीला सौंदर्यालंकाराचे लेणे देऊन जातो. त्याचे हिरावलेले अलंकार कोवळ्या नाजूक पर्णतृणाने सजविले जातात.

वसंतातील ऊन-पावसाचा खेळ सुरू होता. मोठ्या लकबीने लपंडाव खेळत, ढग एकमेकांत लपून बसतात. तर कधी विजा त्यांची मस्करी करतात. आकाश काही वेळ काळवंडते आणि पुन्हा शुभ्र निरभ्र आकाशात हसऱ्या चांदण्या शुभेच्छा देतात. कधी काळी किनार लेवून नववस्त्र धारण केलेले नभ अंधार दाटून टाकतो. क्षणाक्षणाला बदलणाऱ्या या खेळात खेळाडूलाही सामावून जावे वाटते.

अशा या खेळाचा अंत आपल्याला लागत नाही.

या प्रमाणेच माणसाच्या मनाचा ठावही कुणाला लागत नाही. खोल तळात लपून बसलेली दोन मने एकमेकांला अनेक प्रश्न करत राहतात. जीवन हे किती विचित्र पक्ष्याप्रमाणे आहे. अचानक वाटेल त्या दिशेने आकाशात घिरट्या घेते. तर कधी फुलांतील मकरंद प्राशन करून धुंद होते. तसेच मानवप्राणीही त्याच्या वलयाभोवती घिरट्या घालत बसतो. अनोख्या दिवास्वप्नात लीन होतो. कधी विचारांच्या धुंद गर्दीत रखडत राहतो. विचारांची शृंखला लांबत जाते. जखमावरील खपल्या ओरबाडल्या जातात. विरहाच्या अग्नीत होरपळणाऱ्या मनात वैशाख वणव्याची भर पडते. आषाढ धारेने ओलेचिंब होऊन मनमोर थुईथुई नृत्य करतो.

मीही त्याच एका ठिकाणी पर्णहीन वृक्षाप्रमाणे उभी राहून एक किनारा शोधत होते. भोवती अथांग समुद्राच्या पाण्याप्रमाणे अनेक आवर्त जमा झाले होते. त्या अथांग पाण्याप्रमाणे विचारांचा ठाव लागत नव्हता. सागराला डोळ्यात साठवायची कल्पना करणे तरी शक्य आहे काय? एखाद्या लाटेला जरी डोळ्याच्या कॅमेऱ्यात बंद करावे म्हटले तरी ती हुलकावणी देऊन दूर जात होती. त्यांच्या उंच लाटा घायाळ पक्षिणीप्रमाणे दिसत होत्या. पक्ष्यांची सावली पडल्याप्रमाणे समुद्रावर अंधाराचे साम्राज्य निर्माण व्हायला लागले होते. वसुंधरा नवी नवरी होऊन नव्या साजशृंगारात लपेटून बसली होती. पक्ष्यांनी रंगीबेरंगी पंखांवर मिश्र रंग परिधान केले होते अन् ते एखाद्या शुभ कार्याला चालल्यागत ओळीओळीने उडत होते.

नुकतेच लग्न होऊन सैनिक पती लढाईवर गेल्याने अनेक शंकाकुशंकांनी तिच्या अंतःकरणाचा थरकाप उडावा तसाच अनामिक आवाजाने तिची धडधड वाढली होती. पतीच्या वाटेकडे लागणारे नयन त्याच्या सफलतेची, त्याच्या मांगल्याची याचना करत हृदयाच्या तबकात प्रीतीची निरांजने लावून त्याला ओवाळण्यासाठी उभी होती. प्रेमाचा दीप, भावनांचा धूप लावून अंतरातील भावभावनांचा कल्लोळ तिला खुणावीत होता. आतुरतेची तळमळ उमलणाऱ्या कळ्यांना साद घालत होते पण त्यांच्या भावना फडफडणारे पंख मात्र कुणालाच शांत करता येत नव्हते. त्यांचे विश्व काही वेगळे असले तरीही पक्ष्यांचे भाव माणसांसारखेच असू शकतात. फक्त व्यक्त करता येत नाहीत. मी मात्र दोन्ही मुठीत आठवणींचे गुपित घट्ट धरून ठेवले होते. वाटले, मूठ उघडताच हे सुगंधी क्षण उडून गेले तर पुन्हा पकडणे अशक्य होईल.

हे सर्व पाहून तो अनामिक मात्र स्थितप्रज्ञासारखा शांत होता. एखाद्या

डोंगरात तपश्चर्येला बसलेल्या ऋषीसारखा. तिळमात्रही तो डळमळीत, अविचल झाला नाही. उन्मत्तपणे समोरचे दान लाथाडत, ओळख न दाखवता निघून गेला. मी मात्र दिसेनासा होईपर्यंत त्या पाठमोऱ्या आकृतीकडे नाहीशी होईपर्यंत डोळ्यांच्या पापण्या ताणून पाहातच राहिले. पुन्हा पुतळ्याप्रमाणे स्तब्ध उभी होती. माणूस इतका निर्दयी असू शकतो का? कृतघ्नपणे तो असे काळीज फाडणाऱ्या वेदना का देत असेल? पाषाणह्रदयाने मुक्त का वागत असेल? एखाद्या उडणाऱ्या पक्ष्याला आपल्या जाळ्यात ओढून, त्याला हवे तसे मनसोक्त खेळवून, माणसाळलेले करून नंतर मात्र विराण अरण्यात का सोडून दिले जाते? हे माणसाळलेले पक्षी मात्र पंख असूनही भरारी घेऊ शकत नाहीत, कारण माणूस नावाच्या कृतघ्न प्राण्याने त्याचे अवसानच खचवून टाकलेले असते.

स्त्रीचं मात्र तसं नाही. तिचं हळवं अंत:करण अदृष्य प्रीतपाखराला आठवणींच्या कोंदणात कोंडून घेते आणि रात्रीच्या शांततेत मात्र तिच्या दोन्ही नद्यांच्या संगमात न मावणारा महापूर दाटून आलेला असतो. या पुरातही तिच्या आठवणी मात्र वाहून जात नाहीत. त्या अंगावरील कातड्याप्रमाणे अधिकच घट्ट चिकटून बसतात. ती स्वत:च स्वत:ला खूप समजावते, परक्या पुरुषाला अधिक स्थान देणे स्त्रीच्या दृष्टीने योग्य नाही. पण हे वेडेपण सुटता सुटत नाही. त्याचे हजारो शब्दांचे घाव आठवणींचे रिंगण ती जपत राहते. विव्हळणारे अंत:करण जखमांच्या चट्ट्यांनी लालबुंद होत राहते तरीही ती मात्र त्याचे अभीष्टचिंतनच करीत राहते. असं कसं हे स्त्री मन? कोणत्या देवाने घडविला असेल तिचा हा पिंड? अशा झुरणाऱ्या भावनेतच सामावले असेल तिचं विश्व?

एखाद्या फुलांच्या पाकळ्या गळून पडतात. मागे राहतात झाडावरील काटे. त्यांचा तिला हाच संदेश असावा की तुलाही इतरांसाठीच गळून संपायचे आहे काटेरी कुंपण सांभाळत संस्कृती जपायची आहे. त्या फुलांच्या आठवणी करत झुरायचे आणि समाजविघातक नियम पार पाडतच तुझं अस्तित्व दाखवायचं. समाजविघातक काट्यालाही ती वारंवार कुरवाळत बसते अन् जखमी करून घेत राहते. तिची तिला या पायंड्याची पूजा करून बांधून घेते. एका सुप्त शृंखलेत तनामनात, रंध्रारंध्रात भिनलेल्या रूढींना कवटाळत वाट काढत राहते. पण त्याच्या मोहाच्या बेड्या सुटतच नाहीत. अधिकच घट्ट आवळत जातात. ती जिवाचे रान करत शोधत राहते- पुन्हा नव्या आशेचा, नव्या प्रीतीचा ठेवा. पण तिथेही ठेचली जाते स्त्री, म्हणून तिचा आत्मविश्वास, अन् मग रणकंदनाचा नवा उन्मेष पेटून

उठतो, अंगात वीज संचारल्याप्रमाणे. पण त्याच्या नसानसातील रग परत आडवी येते. तिच्या वाटेत आणि खेचून आणते तिला पुन्हा त्याच जगात, त्याचं वर्तुळात कुजण्यासाठी.

दाटून येतात आठवणींचे उमाळे. वाहू लागतो एक शुद्ध प्रीतीचा झरा. कोणतीच खोट नसते तिच्या काळजात. तेवत असते त्याच्या अन् त्याच्याच नावाची ज्योत. करत राहते प्रार्थना त्याच्या सौख्यासाठी. डोळ्याच्या कडा अविरतपणे पाऊस न पडताही ओलावत राहतात, जाणवत राहते एक अधुरे न संपणारे सत्य. ती न डगमगता घेत राहते पाऊलखुणांचा मागोवा त्या मिटून गेलेल्या असतात पावसाच्या सरीनं. उन्हाच्या दाहकतेने वाळवंट झालेले असते. हवेचा गारवा कधीच जाणवू शकत नाही. तरीही न दमता नवा उत्कर्ष शोधू पाहते. पण फुटक्या आरशात आपल्याच सौभाग्याचं विखुरलेलं कुंकू दिसतं तिला, अन् मग सुरू होतो संकटांचा प्रवास. येणारी वादळाची घुसमट, काळोखाची चादर लपेटत जाते तिच्या देहाभोवती. सोनेरी प्रभेचा किरण उगवेल की हीच काजळी रात्र अशीच या अभागिनीला गिळंकृत करत राहील. भेडसावीत राहील. निखळ वाकुल्या दाखवीत, नेत राहील तिला समाजाच्या भीषण तांडवात आणि विझून जाईल तिचं अस्तित्व. एका हवेच्या झोक्याने विचारांची शृंखला खंडित झाली आणि ती भिरभिरत्या नेत्रांनी आजूबाजूच्या वातावरणाचा मागमूस घेऊ लागली.

अशी प्रेमळ किमया तिने कितीतरी वेळा अनुभवली होती. विश्वासघातामुळे झालेल्या भळभळणाऱ्या जखमाही अंगावर घेऊन मोठ्या आनंदाने माणूस मिरवत राहतो. त्या एखाद्या फुलाच्या स्पर्शाप्रमाणे कोमल वाटतात. स्मृतींची कोवळी पाने टवटवीत होतात. एखाद्या सुरवंटाचं फुलपाखरू होऊन पिंगा घालू लागतं. उमलणाऱ्या कळीच्या पाकळ्यांना जसं कुणी अटकाव करू शकत नाही, कितीही उमलण्यासाठी अडवलं तरी ती निसर्गनियमाने उमलतच राहते अन् तिचं सुंदर फुलात रूपांतर होते. तसचं आठवणींचंही आहे. त्या एकदा उकलायला लागल्या की एक एक धागा पूर्णत: उकलत जावा तशा त्या उकलतच राहतात. उंच डोंगरावरून वाहणारा ओहोळ रोखणे जसे अशक्य असते. तो वाहतच राहतो तशा प्रकारे हे जाळं रुंदावत जातं. एक आठवणींचे तळं साचून बसते. नकळत वास्तव रूप धारण करते. कदाचित तो नुसता भास असावा असं तिला वाटत होतं. पण हा आता भास नव्हता तर जगाचं प्रखर प्रतिबिंब होतं.

पण कधी कधी माणसाला असे भासही खूप उपयोगी पडतात. या भासातल्या

स्पर्शाच्या आठवणी मुक्त फुलपाखरासारख्या भरारी मारत फिरायच्या त्यावेळेला त्यांना तिच्याशिवाय कुणीच प्रतिबंध करू शकत नाही. अशा पाठशिवणीच्या खेळात कधी ती एकटीच असायची. तर कधी त्याच्या स्मृतीचं गाठोड उलगडून ती त्यालाही खेळात सामील करून घ्यायची. ती मात्र जगाची चिंता विसरून काळ्या उबदार रजईत मनसोक्त आनंदात भिजून जायची. त्यावेळेला चित्ररूपात त्याला खेळातील एक प्यादा मानायची. मग ती हरलेला डाव पुन्हा खेळायची कारण तिला हार मान्यच नव्हती. हा डाव मीच जिंकावा म्हणून ती पुन्हा त्याला सामील करायची. चांदण्या रात्री आकाशात चंद्र जसा चांदण्यांसोबत क्रीडा करत निश्चिंत असतो तशी या चार भिंतींच्या स्वर्गात ती आपला आनंद नेत्राच्या मिटलेल्या काळ्या कुळकुळीत अरण्यात लुटत असायची. कधी कधी त्याचा दुरावा खूप जाणवायचा पण कितीही हाका मारल्या तरी तिची हाक अपुरी पडायची. मात्र तिच्या हृदयाची सप्त डोंगर पार करणारी, विव्हळणारी किंकाळी गगन भेदून जायची ते मात्र तिलाच जाणवायचे.

एखादं सुख हवं असेल तर कुठलीच भीती न बाळगता त्याला स्वबळावर सागरात झोकून द्यावं लागतं. आणि त्या पोहणाऱ्या सुखाचा आनंद समुद्राचा किनारा गाठूनच मिळवावा लागतो. त्यासोबतच जगाचे अनेक आघात सोसून स्वत:ला जिवंत ठेवावं लागतं. मद्याची गोडी चाखायची असेल तर पहिले त्याचा कडवटपणाची चवही तितक्यात क्षमतेने सहन करावी लागते. प्रेमाच्या राज्याचही असंच वेगळं गणित आहे. ते मिळवायचं असेल तर त्यासाठी अनेक अग्निपरीक्षा द्याव्या लागतात. स्वत:चं कलेवर झाकून अनेक विषाचे घोट पचवावे लागतात. नुसती सुखाची चव नवनवी पालवी न अनुभवता कधी सुकून जाणारा पाचोळा होऊन पायदळी यावं लागतं. कधी फूल होऊन त्याचा सुगंध प्रियकराला द्यावा लागतो. त्यासाठी चुरगळून जावं लागतं.

एखाद्या प्रियकराच्या अंत:करणातील तळ्याचा ठाव घ्यायचा म्हटलं तर त्याच्या अंत:करणात तेवढ्याच सूक्ष्मपणे शिरून ते प्रेमबीज शोधावे लागते. स्वत:चं अंत:करण जाळून त्या प्रकाशात त्याचच प्रतिबिंब तेवत ठेवावं लागते. देवावरील फुलांचं जसं निर्माल्य होतं तसचं एक शापित फूल होऊन त्याच्या चरणी अर्पण व्हावं लागतं. त्या निर्माल्यातूनच एखादा प्रीतीचा धागा गवसतो आणि या धाग्याने सुखाच्या स्वर्गाचा शोध घेणं सोपं होतं. अथांग पाण्यावर अफाट लहरी उसळतं होत्या. त्या समोरच्या माणसांना वेढून सोबत नेतात की काय अशा शंकेनं अंत:करण

होरपळू लागतं. त्या लहरीत आपण गुरफटलो तर काय होईल या विचाराने मनाची भेदरलेल्या सशासारखी अवस्था होते. विवेक सुन्न होऊन काया थरथरू लागते.

पुन्हा उडणाऱ्या पक्ष्यांच्या थव्याकडे पाहून एक वेदना निर्माण होते. ते आपल्या पिल्लांच्या ओढीने घरट्याकडे परतताना पाहून थबकलेल्या पायात नवे अवसान येते. पुन्हा नव्याने स्पर्शाचा अनोखा आनंद अंगात संचारतो अन् हेलकावणारे अंतस्थ हृदय एका विलक्षण सत्याची पडताळणी करण्यासाठी आठवणींच्या झुल्यावरून बाजूला होते. सत्याची धग अनुभवण्यासाठी.

***

– १३ –
आत्मसुखाचे निजधाम

आज जसे पंढरपूर दिसते तसे पूर्वी नव्हते. तेथे घनदाट जंगल होते. त्यास दंडकारण्य असे संबोधण्यात येत असे. पंढरपूर गाव सुधारण्यासाठी रामचंद्र सरदाराने जंगलतोड केली. पंढरपूर वसविण्याच्या दृष्टीने प्रयत्न केला. याच पंढरीच्या वारीसाठी लाखो भाविक आतुर झालेले असतात. आषाढी–कार्तिकी बरोबरच इतर सणांसाठीही पांडुरंगाच्या दर्शनासाठी भक्तांची रेलचेल असते. पांडुरंगाच्या चरणी लीन होण्यासाठी भाविक अनेक संकटांवर मात करून पंढरीचा रस्ता धरतात. या पवित्र नगरीच्या आजुबाजूच्या परिसरात काही ठिकाणी हिरवळींचे नंदनवन फुललेले असते, तर काही ठिकाणी मात्र अरण्यरुदन पहावयास मिळते. वारीसाठी चालताना कुठे रस्त्यावर फुलांच्या पायघड्या पसरलेल्या असतात, तर कुठे पायाला रुतणाऱ्या काट्यांचे साम्राज्य अनुभवायला मिळते. पण धैर्याची, विश्वासाची, भक्तीच्या प्रेरणेची ज्योत मनात पेटली असताना या संकटांचा सामना करताना रक्तबंबाळ करणारे काटेही भक्तांना फुले वाटू लागतात. म्हणून तो आपल्या व्रतापासून, निश्चयापासून किंचितही न ढळता संकटांचे डोंगर पार करत असतो.

रस्त्याने मार्गक्रमण करत असताना आजूबाजूला छोट्या मोठ्या हॉटेलातील चमचमीत पदार्थांच्या घमघमाटाने नाकाला लोभ, जिभेला चटक, पोटाला भूकही लागत नाही. जिभेला अध्यात्माचा लगाम लावून वाटचाल सुरू असते अन् विठ्ठलाच्या दर्शनाच्या भुकेपेक्षा हे पदार्थ अगदीच तुच्छ वाटतात. मनाला एकच ध्यास लागलेला असतो. पांडुरंगाचे दर्शन घ्यायचे, त्याचे रूप डोळे भरून बघाचे, हे रूप पाहिले की मन तृप्तीचा ढेकर देईल या इच्छाशक्तीवर तो मैलोगणिक चालत असतो. या दैवीनगरीत प्रवेश करतो. या नगरीत प्रवेश केला की मनाला आध्यात्मिक आनंदाचे भरते येते, आनंदाचा पूर दुथडी भरून वाहू लागतो. भक्त व पांडुरंगाचा मीलनसोहळा

पाहण्यासाठी नेत्र आतुर होतात, आंतरिक ओढ गाभाऱ्यात घेऊन जाते. मंदिरात तजेलदार फुलांचा सुगंध, उबदत्त्यांचा दर्प, मंद जळणारी समईची ज्योत काय सांगत असावी? माणसाचं जीवन हे स्वत: जळून दुसऱ्याला प्रकाश देण्यासाठी असावं असंच जणू काही ती सांगत नसेल ना? फुलं सुकतात, सुगंध मात्र इतरांना देण्यासाठी, किती परोपकारी आहेत ना या निर्जीव वस्तू. पण आपण घेतो का त्यांचा हा आदर्श? खरचं क्षणात विचार येतात, किती स्वार्थी आहे हा मनुष्यप्राणी? स्वत:साठी धडपडण्याचीच कला मात्र त्याला अवगत आहे. अशा या पंढरीत भक्त दुःख-दारिद्र्य, चिंतेचे गाठोडे बांधून आणतात चंद्रभागेत सोडून देण्यासाठी. उंच कळस पाहिला की पावनभूमीची शक्ती अंगात संचारते. पांडुरंगाच्या नेत्राची प्रभा गाभाऱ्यात गर्दी करणाऱ्या भाविकांवर पडते, अन् जन्म सफल झाल्याचे सार्थक होते. कुठेही न झुकणारे मस्तक मात्र इथे नतमस्तक होते.

मद-मत्सराची फुले वाहिली जातात. मनाच्या अहंकारी ज्योतीचे निरांजन करून ओवाळले जाते. कामक्रोधाच्या तेलाने वात पेटविली जाते. खोट्या प्रतिष्ठेचा धूप जाळून मनातील परिसर सुगंधित होतो. ही सर्व भावपुष्पे चरणी अर्पण करून हृदयातील वावटळ शांत होते. मनात क्षणभर विचार येतो, खरंच, महान विभूती, कुठल्याच प्रकारचं मूल्य न घेता निस्वार्थ वृत्तीने दुसऱ्याला चांगल्या विचारांचे दान देतच राहातात.

पंढरपूर नाव उच्चारले की समोर उभे राहते विठ्ठलाचे लाघवी रूप. चंद्रभागेच्या तीरावर वसलेले हे तीर्थक्षेत्र, भक्तांचं श्रद्धास्थान. महाराष्ट्र प्रदेश संतांच्या पुण्याईनं पवित्र झालेला प्रदेश आहे. ही संतांची जन्मभूमी व कर्मभूमी म्हणून ओळखली जाते. या पावन भूमीत अनेक संतांचा निवास होता. संत ज्ञानेश्वर, संत एकनाथ, संत तुकाराम, संत नरहरी सोनार, संत चोखा महार, संत कान्होपात्रा, संत जनाबाई, संत मीराबाई असे कितीतरी होऊन गेले. याच संतांच्या मांदियाळीमध्ये भक्त पुंडलिकही आहेत. त्यांची ही आख्यायिका.

भक्त पुंडलिक पांडुरंगाचे निस्सीम भक्त होते. ते पंढरपूर नगरीतच राहत असत. सतत पांडुरंगाच्या भजनात दंग राहायचे. चंद्रभागेच्या पवित्र जलात स्नान करायचे आणि काम करता करता पांडुरंगाचे नामस्मरण करायचे. असेच एकदा स्नानसंध्या उरकून ते विठ्ठलच्या नामस्मरणात मग्न होते.

पांडुरंगाला भक्त पुंडलिकाला भेट देण्याची इच्छा झाली. अन् त्याच्या भक्तीचा महिमा ऐकून ते पंढरपूरात दाखल झाले. त्याच्याजवळ येऊन त्यांना वर

मागण्यास सांगितले. भक्त पुंडलिक नामस्मरणात एवढे तल्लीन झाले होते की त्यांनी वर न पहाताच पांडुरंगाकडे वीट फेकली. पांडुरंगानेही भक्ताच्या विटेचा स्वीकार केला. ते विटेवर उभे राहिले व म्हणाले, ''भक्त पुंडलिका, मी तुझ्या भक्तीमुळे रुख्मिणीला सोडून धावत इथे आलो आहे. तुला पाहिजे तो वर मागून घे.''

भक्त पुंडलिक सद्‌गदित झाले. पांडुरंगाची ती देदीप्यमान मूर्ती, कानात मकरकुंडले, गळ्यात तुळशीच्या माळा, भक्ताच्या दु:खाग्नीला गिळून टाकणारे सुंदर असे नेत्र, असे सुस्वरूप पाहून देहभान हरवून ते पांडुरंगाच्या सावळ्या मूर्तीकडे पाहातच राहीले.

जसा समुद्रात पाण्याचा थेंब पडावा आणि तो त्या पाण्यात एकरूप व्हावा, असेच पुंडलिकाच्या बाबतीत घडले. विठ्ठलाच्या चरणाला स्पर्श करावे एवढेही आत्मभान त्याला राहिले नव्हते. जिवाशिवाची भेट झाली की अहंकाराच्या, मदमत्सराच्या सगळया बेड्या आपोआपाच गळून पडतात अन उरतो तो फक्त भक्तीचा, निष्काम भावनेचा झरा. या भक़्ताच्या सोहळ्याचे भक्तीचे प्रतिबिंब चंद्रभागेत उमटले होते. भीमा–चंद्रभागाही स्वच्छ मनाने वाहून भक्तांच्या पापांचा नाश करण्यासाठी सरसावलेल्या दिसत होत्या. देवाच्या अन् भक्ताच्या भेटीचा सोहळा पाहून त्यांचेही मन द्रवणार नाही असे होऊच शकत नाही.

भक्त पुंडलिकाने स्वत:ला सावरले. विठ्ठलाचे रूप डोळ्यात साठविण्यासाठी नेत्र आज अपुरे पडत होते. ते विठ्ठलाच्या चरणी लागले. पांडुरंगाने त्याला आलिंगन दिले, म्हणालं, ''इच्छापूर्ती वर माग, मी तुझ्या भक्तीवर अति प्रसन्न आहे.'' तेव्हा भक्त पुंडलिक म्हणाले, ''बा पांडुरंगा, रुख्मिणीवल्लभा, भक्तसख्या, मी पापी पामर आहे. तुझे गुण वर्णन करण्याची बुद्धी तूच मला दिलीस. म्हणून ही भीमा–चंद्रभागा, पंढरी पवित्र झाली आहे. मला धनसंपत्ती काहीही नको. तू या विटेवर असाच अठ्ठावीस युगापर्यंत कर कटेवर ठेवून उभा राहा. आपल्या दीन, दु:खी, दरिद्री भक्तांना दर्शन देऊन कृतार्थ कर, एवढीच माझी इच्छा आहे.''

संत हे स्वत:साठी कधीच काही मागत नाहीत. जगाच्या कल्याणा संतांच्या विभूती. संत स्वत: दु:खाचे पर्वत आपल्यावर ओढून घेतात. सुख हे इतरांसाठी शिल्लक ठेवतात. समाजप्रबोधनासाठी ते पराकोटीने झटत असतात, समाजाचा विकास हेच देशाचे हित ही जाणीव ठेवून ते समाजप्रबोधन करीत असतात. म्हणून तर ते संत म्हणण्यास पात्र ठरतात. या भक्त पुंडलिकाची विनंती मान्य करून पांडुरंग युगे युगे अठ्ठावीसपर्यंत उभे आहेत अशी ही आख्यायिका आहे.

अशा कारणास्तव पांडुरंग पंढरपुरात विटेवर उभे असून कटीवर हात ठेवून भक्तांची वाट पाहत असतात. आषाढी-कार्तिकीला लाखो भक्तांचा मेळा पंढरपुरात जमतो. या मेळ्यात कुणी गरीब असो की श्रीमंत. मनात ध्यास मात्र एकच असतो, पांडुरंगाच्या सावळ्या सुंदर मूर्तीचे दर्शन घ्यायचे, मुखकमल नेत्रात साठवायचे, अन् खरंच ते होतात.

देहात पांडुरंगाला साठवून घ्यावे तर ते या नाशिवंत देहाला शक्य होत नाही. आणि माणूस स्वत:चे अस्तित्व हरवून विठ्ठल भक्तीत एकरूप होतो. नकळत नेत्रांमधून अश्रूंचा पूर लोटतो, पांडुरंगाच्या चरणी अभिषेक होतो. जगातील सर्व दु:खे, चिंता पेलण्याचे अद्‌भुत बळ अंगात संचारते, अन् इच्छा नसतानाही पुन्हा त्याच्या विरहात होरपळतो की काय असे वाटते. इच्छा नसतानाही पांडुरंगाच्या सान्निध्यातून वेगळं व्हावं लागतं. कारण माणूस नावाच्या प्राण्याने त्याच्या जीवनरूपी नौकेत अनेकांना सामावून घेतलेले असते, ते ओझे वाहून नेण्यासाठी संसाराचे पाश गळ्याभोवती आवळली जातात. पण ही बेडी, हे ओझेही त्या जगन्नियंत्याच्या आशीर्वादाने लीलया पेलण्याचे सामर्थ्य अंगात संचारते.

पांडुरंगाच्या दर्शनाबरोबरच चंद्रभागेलाही अत्यंत महत्त्व प्राप्त झाले आहे. गंगा ही आपल्या भारतीय संस्कृतीत अत्यंत पवित्र मानली जाते. ती सर्व पापांचे क्षालन करते. मानवाने केलेले प्रदूषण आपल्या उदरात सामवून घेते, सर्वधर्म समभावाची शिकवणही तिच्याकडून आपल्याला मिळते. या पवित्र चंद्रभागेत स्नान केले की, तन मन तिच्या पवित्र जलाने नि:संकोच, निर्मळ होते. या पाण्यासारखेच माणसाचे विचारही पवित्र असायला हवेत. हीच शिकवण माणसाने तिच्याकडून घ्यायला हवी. या पवित्र भीमा-चंद्रभागेकाठी अनेक देव देवतांची मंदिरे आहेत. या वाळवंटात अनेक प्रकारचे लोक राहातात. लुळे, लंगडे, शारीरिक व्याधीने जर्जर झालेली माणसे. त्यांची पूर्वकर्मे जरी वाईट असली तरी त्याचे प्रायश्चित्त करून पुढील जन्माची पुण्याई जमा करण्यासाठीच तर परमेश्वराने त्यांना अशा पवित्र जागी राहण्याची बुद्धी दिली असावी. इथे अनेक प्रकारची दुकाने थाटलेली असतात. आपल्या उदरनिर्वाहाचे साधन म्हणून कुणी हार, फुले, हळदी कुंकू, नारळ, मिठाई, इतर सौभाग्य लेणी अशा विविध वस्तूंनी परिसर फुलून गेलेला असतो. पंढरीला गेलेला भक्त आठवण म्हणून काही तरी घेऊनच परतत असतो. यातूनच बऱ्याच कुटुंबांचा रोजगाराचा प्रश्नही सुटतो.

एकादशी नंतर काल्याचे कीर्तन होते. या काल्याच्या प्रसादाने भक्त तृप्त

होतात. या वालुकामय वाळवंटातच मोकळा परिसर आहे. तिथे अनेक संतांची कीर्तने, प्रवचने. धार्मिक ग्रंथ वाचन होतात. या आध्यात्मिक तृप्तीचा आनंद घेण्यासाठी एकच गर्दी उसळते. सुंदर वाळवंट दिंड्या पताकांनी फुलून जाते. मऊ वालुकेच्या स्पर्शाने जीवन धन्य होते. स्पंजच्या गादीवर झोपणाऱ्यांनाही या वाळवंटातील आत्मिक आनंदाचा मोह आवरता येत नाही. मनाच्या भावनेचा गुंता आवरून स्त्री पुरुष दिंडीत सहभागी होतात. स्त्रियांच्या डोक्यावर पांडुरंगाच्या अत्यंत आवडीचे तुळशी वृंदावन असते. पवित्र तुळशी वृंदावनांनी परिसर हिरवागार होतो. स्त्रिया त्यांच्या गोड गळ्याने भजन, कीर्तन करीत प्रपंचाच्या मोह माया, व्यथा, वेदना विसरून संसाराच्या चक्रव्यूहातून काही काळ तरी तणावमुक्त होतात आणि त्यांच्या चेहऱ्यावर कसल्याच चिंतेचे भाव नसून फक्त विठ्ठलमय झाल्याचा आनंद ओसंडून वहात असतो.

पांडुरंगाचे गुण गात असताना भेटीची ओढ, तळमळ, विरह व्यक्त होत असते. पुरुष भक्तही डोक्यावर पवित्र ग्रंथ घेऊन टाळ मृदंगाच्या तालावर ग्यानबा तुकारामाचे अभंग गात असतात. या सर्व भक्तांचा मेळा एकत्र जमतो. साधुसंतांच्या कीर्तनातून अमृतरूपी शब्दांचा वर्षाव होतो. हे अमृत पिऊन सर्वांची तहान भागली जाते. जसा उदय पावणारा सूर्य काळोखाचे अस्तित्व मिटवतो तसे अहंकाराचे कंगोरे गळून पडतात. मनाची बॅटरी चार्जिंग होते. पुन्हा संसाराचे जू पेलण्यासाठी ते सरसावतात. या भूमीत आलेला भक्त तहानेने व्याकूळ होऊन होरपळत न राहता अध्यात्माचे मौलिक विचारांचे घोट पिऊन तृप्त होताना दिसतो. प्रपंचातून परमेश्वर कसा साध्य करायचा, अध्यात्मातून आत्मज्ञान कसे मिळवायचे, आत्मज्ञानातून परमेश्वर कसा मिळवायचा. ज्ञानामृत संतमुखातून सर्वसामान्यांच्या कानावर पडते अन् मग या तृप्तीने तहान भागल्याचा अवर्णनीय आनंद प्रत्येकाच्या चेहऱ्यावर दिसू लागतो. अन् सर्व सुखदुःखाचे गाठाडे विठ्ठलचरणी अर्पण करून ही अनेक ठिकाणांहून आलेली देशी परदेशी भक्त मंडळी पांडुरंगाचे घरी निघतांना दर्शन घेऊन आपल्या मेळ्यात सामील झालेल्या सर्वाचा जड अंत:करणाने निरोप घेतात. पावले जड होतात; पण पुन्हा घराच्या ओढीने ते एकमेकांपासून दुरावतात. मोहमायेच्या नगरीत गुंतून जाण्यासाठी. आत्मसुखाची शिदोरी गाठीशी घेऊन.

***

– १४ –
भूतकाळातील स्मृती

माणसांचं आयुष्य असते काटेरी फांदीप्रमाणे. जिथे जीवघेण्या नागमोडी वाटा-वळणावर फिरता फिरता जीवनात अनेक खाचखळगे लागतात. कुठे ठेच लागून पडतो तर कुठे ठेच लागू नये म्हणून सावधगिरीने समोर बघून मार्गक्रमण करतो. तरीही कधी कधी जिवाच्या बेधुंद नौकेत कामक्रोधाचा नावाडी अचानक मोहमयी जगात घेऊन जातो. ध्यानी मनी नसतानाही पाय काट्यावर पडतो आणि ती वेदना काळजाचे पाणी पाणी करते. ती बोचणारी सल काळीज रक्ताळून टाकते. पाऊल कितीही जपून टाकले तरीही ते अचानक सरळ रस्ता सोडून आडवाटेला काट्या-कुपाट्यात धावू लागते. इच्छा नसतानाही अमिषाला बळी पडते. जीव हा इतका लोभी का असावा? त्याला मोहमयी साखळीने आवळले तरीही ते सुसाट वेगाने धावत सुटते. समोर दिसणारं मृगजळ हवंहवंस वाटू लागतं. त्याच्या पाशात पूर्णपणे गुरफटला जातो. जसं जसं आपण त्यांच्या जवळ जातो तसे तसे ते दूर हुलकावणी देत, चकवत राहतं, आणि मग आपण कोळ्याच्या जाळ्यात अडकल्याप्रमाणे त्यात अडकून पडते. धावून धावून जीव मेटाकुटीस येतो. विलोभनीय डोंगरावरचे रमणीय दृष्य पाहण्यासाठी वर चढतांना जिवाची घालमेल होते म्हणून डोंगर दुरूनच साजरे बरे वाटतात. जवळ गेले की त्याची सुंदरता कमी भासू लागते. ओबड धोबड दगड रुतून मन घायाळ करतात, मग कुरूपतेचा अभाव जाणवू लागतो.

मन वाऱ्याप्रमाणे चंचल आहे. रंगहीन असूनही कधी सुखावते कधी दुःखाची किनार दाखवते. किती किती प्रकारचे इमले बांधते, सर्कशीतील जोकराप्रमाणे नाना प्रकारची रूपे बदलणार, इतरांना हसवणार, फसवणार, स्वतःला रडवत ठेवणार, उडत्या फुलपाखराला पकडू पाहणार, वेळूच्या बनात भरकटणार, दवबिंदूत भिजणार, किती उपमा द्याव्यात या वेड्या मनाला. कधी जीवन खडतर प्रवासाने भरलेले,

क्षणिक सुखाच्या मऊ गादीवर लोळणार, एका नावेत आपण किती प्रवासी असतो. पण प्रत्येकाचं सुख-दुःख वेगवेगळ्या जखमांनी भरलेलं असतं. हे सर्व दुःख आठवून तिच्या मनातील दुर्मीळ क्षण, एकाकीपणाची उर्मी समुद्राच्या लाटेप्रमाणे हेलकावत येते. अथांग सागराप्रमाणे कशाचाच थांगपत्ता लागत नाही. अतृप्त इच्छा डोंगराप्रमाणे कडे करून उभी राहते. उद्यानात कितीतरी फुले उमललेली असतात पण त्या उद्यानाची मालकीण इतर कुणी तरी असल्यामुळे त्या फुलांचा सुगंधही तिला लुटता येत नाही. काही कळ्या शीतल चांदणे पिऊन फुलल्या, काही तृप्तीचे मद्यपान करीत उमलू लागल्या, ती मात्र आशाळभूत नजरेने पाहतच राहिली.

तिची मन नावाची नौका दूर देशात सैरभैर होऊन भरकटायला निघाली होती. पुरातन कालीन इतिहासातील एक एक सोनेरी पाने उलगडत असताना तृप्तीचा आनंद झाल्याची जाणीव तिला होत होती. बंद डोळ्यात अंतरातील कॅमेऱ्याने टिपलेले छायाचित्र एक एक करून पुढे सरकत होते. अनेक अनुभूतींचा शोध घेत, हरवलेले क्षण ती वेचत असे. स्वाती नक्षत्राच्या शिंपल्यातील मोती टिपत होती. सारे जग निद्रिस्त झाले की, तिच्या मनातील भूत खिंकाळत बाहेर उन्माद घालायचे. त्या किर्रर अंधाऱ्या रात्री ती एकटीच असायची. सोबतच्या झाडाच्या सावल्या देखील तिला भीती दाखवायच्या. अक्राळविक्राळ रूप घेऊन अंगावर धावून यायच्या. ती मात्र डोळे घट्ट मिटून सुटका होते की नाही, म्हणून धुंद काळोखात डूबून जायची. तिला रितेपणाची जाणीव होऊन टिमटिमणारे तारेही अंगावर आगीचा लोळ तुटून पडल्याचा भास व्हायचा. भूतकाळातील स्मृती काळ्याकुट्ट सागरतळाशी घेऊन जायच्या, कुठल्या तरी खडकाच्या कपारीत त्या दडून बसायच्या.

ती शून्य नजरेने निरभ्र आकाशातील अमृतपान गूढ विचारात मग्न व्हायची. क्षणाचाही विलंब न लागता भूतकाळातील प्रियाच्या भेटीचा आनंद लुटत राहायची. पहिल्या भेटीतील स्मरणांनी अंग अंग मोहरून जायची.

पश्चिमेकडे मावळणारा सूर्य लाल, केशरी गहिऱ्या रंगात डुबून संध्यारंगाच्या साक्षीने हातात हात घेऊन शेवटपर्यंत संकटावर मात करण्याच्या आणाभाका घेत असल्याचे तिला भासत होते. प्रत्येक भागातील भूमी आडवाटेतील कठीण समाजाच्या भिंती उखडून आकाशाला गवसणी घालण्याचे स्वप्न रंगवत होती. नियतीला साक्षी ठेवून प्रेमसागराच्या तरंगलाटेत डुंबून चिंब भिजत होती. संध्यारंगाच्या धवल सावल्या, डोंगरावरील गर्द झाडी पानांचा वर्षाव करत डोळ्यातील भावना, बेधुंद

नशा, लाडिक मंद हास्यांनी खुणावत होत्या. धनुष्यकृती पाकळ्या चुंबनांचा वर्षाव करीत, रती मदनालाही लाजवेल इतकी मधुर मीलनात तल्लीन झाली होती. सर्व जगाचा विसर पडून ती आपल्याच मनोराज्यात अनोखे भावबंध जपत होती. मृत्यूही त्यांना वेगळं करू शकला नसता. इतकी ती जिवापाड एकमेकांना जपत होती.

आता शरीरं फक्त वेगळी होती. आरशातील प्रतिबिंबं जरी दोन असली तरी मन मात्र एकच झाले होते. तलवारीचे घावही त्यांना वेगळे करू शकले नसते. वडाच्या सूरपारंब्याप्रमाणे एकाच झोक्यावर ती झुलत होती. जगण्याचा आनंद सर्व संकटावर मात करून जगण्याचे मूल्यं शिकवितो.

त्याच्या हातच्या भारदस्त, मऊ स्पर्शाने जगण्याची उमेद जागृत होते. पाठीवर मारलेल्या प्रेमाची थाप काही अंशी आयुष्यातील जड ओझेही हलके वाटू लागते. सुकलेल्या वृक्षाला नवचैतन्याची पालवी फुटल्यागत तिला नवं काही तरी करून दाखवायची उभारी यायची. क्षणभंगुर, नकोसं वाटणाऱ्या जिवाला त्याच्या स्मृतीने लाखो वर्ष जगावेसे वाटायचे. सुखाचा एक बिंदूसुद्धा तिला जगण्यासाठी पुरेसा वाटायचा. आणि ती फुलपाखराप्रमाणे जणू वृक्षावर बागडते असा तिला भास व्हायचा. स्वप्नाळू, अर्धमिटल्या डोळ्यांनी चांदण्यारात्री संथ जलाशयात विहार करायला जायची. अंगावर सुखाचे मोरपीस अलगद अंगावरून फिरल्यागत ती रोमांचित व्हायची. खळखळणाऱ्या समुद्रातील संगीताने गीतमाला गुंफायची. शिलालेखावर अंतरातील प्रियाचं नाव कोरून ठेवायची. मनाच्या कोंदणात स्मृती जडवायची. सूर्यप्रकाशाच्या सोनेरी किरणांनी ती पुलकित होऊन जायची. हसऱ्या सकाळची कोमल फुले अंगावर झेलत जागी व्हायची.

नदीचे पाणी समुद्राला मिळाले की ते एकच होते. त्यातील नदीचे आणि समुद्राचे पाणी वेगळे करू शकत नाहीत. तशी तीही एकरूप होऊन जायची. पांढऱ्याशुभ्र पारिजातकाच्या केशरी दांड्या त्यागाचं प्रतीक भासायच्या, हिरव्याकंच झाडीतून प्रकाशाची तिरीप अंगावर घेत सकाळचे कोवळे उन सुखाची पेरणी करूण जायचे. हिरव्या पानात ताज्यातवान्या स्मृतींची जाणीव तिला व्हायची. उमलणारी पांढरी फुले चांदणं पीत हरखून जायची. झाडावर उमललेली फुले पाहून मोत्याच्या माळा पसरल्यासारखे तिला वाटायचे. ती हळवी नाजूक फुले बघून त्याच्या हसऱ्या दंतपंक्तींची आठवण सतवायची.

आठवणीच्या लहरी वायूगत भराभर धावू लागायच्या. त्या भावलहरीने बंद

खिडक्या धडाधड उघडून जायच्या. रंगीत कॅमेऱ्याने भावचित्र रेखाटून जायच्या. ओसाड अंत:करणात सुप्तपणे शिरून मनाला चैतन्यरूपी करून चोखंदळपणे पाझर फोडायच्या. एक एक शब्दमाला गुंफून प्रियाच्या गळ्यात टाकायच्या. मग ती मनोमन सुखावून जायची. तिला स्वर्गही त्यापुढे फिका वाटायचा. अनोख्या प्रीत शिल्पात तऱ्हेतऱ्हेचे रंग भरून ते चकाकत ठेवायची. तिला कधी वाटायचे, हे गर्द गहिरे रंग कुणाची दृष्ट लागून फिके तर होणार नाहीत ना? तिच्या मनात नेहमी शंकेची पाल चुकचुकायची. तो अगदी खळखळणाऱ्या नदीसारखा वाहत सुटायचा.

तिला कधी कधी कसलेच भान न राहता ती स्थितप्रज्ञासारखी उभी असायची. आपल्याच अंत:करणात कुणी तरी असतानाही तिचे डोळे दूरदेशात भटकत फिरायचे. कधी काळजाच्या कप्प्यात त्याला शोधण्याचा प्रयत्न करायची. तिच्या भूतकाळातील स्मृती अजूनही तिला जिवंत असल्यासारख्या वाटायच्या. ठसठशीत पाऊलखुणा. कितीही ऋतू बदलून गेले पण त्या ओल्या पाऊलखुणा तिच्या आठवणीतील साक्षीदार हृदयात रुतून बसायचे. प्रत्येक ऋतूत रंग बदलतात पण पुन्हा ते अंतरंगात चिकटून बसतात. त्या स्मृती काळाच्या ओघातही तिचा पिच्छा सोडत नव्हत्या. या स्मृती जणू युगानुयुगे अशाच प्रफुल्लित होत राहतील असे तिला वाटायचे. तिच्या प्रीतीचे साक्षीदार म्हणून भूतकाळाच्या प्रवाहात देवदार वृक्षाप्रमाणे पावलोपावली तिच्या सोबत असायच्या. काळाच्या ओघात सर्वच काही बदलले होते, पण ती मात्र अजूनही आपल्या मनोराज्यातील पुरातन दुनिया सोडण्याच्या तयारीत नव्हती. तो तिचा हल्ली स्वभावच बनत चालला होता. इतरांचे सुखाचे इमले पाहून कधी कधी तिला हेवा वाटायचा, मग ती आपल्याच नशिबाला कोशीत बसायची. दिवसेंदिवस ती एखाद्या दगडी पुतळ्याप्रमाणे शोभेची वस्तू असल्याप्रमाणे भासायची. जणू तिची चेतनावस्थाच हरवली असाच सर्वांना भास व्हायचा. तिच्या जीवनात घडलेल्या घटनेला ती आजही विसरू पाहत नव्हती. तिला तिचाच मनस्वी राग यायचा आणि मग ती दगड पुतळ्यासारखी अबोल होऊन आपल्याच अनोख्या दुनियेत रमून जायची. आपल्या रूढी परंपरेला ती इतकी का बिलगून बसली असावी असा कधी कधी पाहणारालाही प्रश्न पडायचा. पण त्या प्रश्नाचे उत्तर त्यांना शोधूनही सापडत नसे. मग तेही हिरमुसले होऊन तिचा विचार करणे सोडून द्यायचे.

***

– १५ –
गप्पा सोयरीकीच्या

रिक्षास्टँडवर आले. घाईतच रिक्षात बसले. रिक्षाचा वेग सुरू झाला. रिक्षात अगोदरच एक महिला बसलेली होती. थोडे अंतर गेल्यावर मध्येच रिक्षा थांबली. तिथे एक जोडपे रिक्षात बसले. त्या दोन महिला एकमेकींकडे पाहून हसल्या. त्यातील एकजण म्हणाली, ''अहो, मी तुम्हाला कुठेतरी पाहिल्यासारखे वाटते.'' दुसरी म्हणाली, ''तुम्ही कुठे राहता?'' ''मी या या ठिकाणी राहते. मग बाजारात किंवा एखाद्या लग्नात पाहिले असेल. मी पण मागच्याच कॉलनीत राहते. तुमचे आडनाव गादेवार.'' ''मग तुम्ही तर आमचे सोयरेच आहात.'' त्यातील दुसरी म्हणाली, ''मग त्या अमुक गावचे सोयरे तुमचे कोण लागतात?'' ''ती माझी मावस भावजयच आहे.''

''अहो, त्यांच्या मुलाच्या लग्नाला तर आम्ही आलो होतो. मग आपली बहुतेक तिथेच भेट झाली असेल.''

विचारांच्या देवाणघेवाणीला चांगलाच रंग चढला होता. रस्त्याच्या अंतरापेक्षा मन मात्र अधिक जवळीक साधत होते. मग त्यातील दुसरी म्हणाली,

''मग तुमच्याकडे त्या इंदुताई होत्या, त्यांचे पती मागे अपघातात वारले.''

''हो, ती माझी मोठी नणंदच होती. ते भाऊ गेल्यानंतर आम्हीच त्यांचा व त्यांच्या मुलांचा सांभाळ केला. दोन मुलं आणि एक मुलगी आहे त्यांना. पण थोड्याच दिवसात एका आजारानं घेरलं आणि त्यातच त्या मुलांना पोरकं करून गेल्या. आता विना आईबापांची लेकरं सांभाळायची जबाबदारी आमच्यावरच पडली. नणंदबाई गेल्यानंतर दोन मुलांच्या शिक्षणाला आम्हीच थोडाफार हातभार लावला. मुलंही हुशार आणि कष्टाळू निघाली. त्यांनी वृत्तपत्र, दुधाच्या पिशव्या विकून शिक्षण पूर्ण केले. एक भाचा बी.एस्सी झाला, दुसरा दहावीला आहे. मुलगी

दहावी पास झाल्यानंतर आम्ही तिचे एक लाख रुपये खर्च करून लग्न लावून दिले. आता मात्र तिची काही कटकट नाही. सोयरे खूपच चांगले मिळाले. मुलीला खूप जीव लावतात. तिच्या संसारात ती सुखी आहे.''

मग दुसरी महिला म्हणाली,

''मुलीचे लग्न लवकर केले खूप चांगले झाले. बिनाआईबापाची पोर जतन करायची म्हणजे पदरात निखाराच असतो. जमाना खूप वाईट आला आहे. काही कमी जास्त झालं तर! मामीनेचं लक्ष दिलं नाही असेच सर्व जग म्हणाले असते. पोरीचे हात पिवळे केले ते लई चांगलं केलं.''

''अहो, माझीही एक मुलगी लग्नाची आहे. सातवी पास झाली आहे. मी अशी कामाला जाते, घरी एकटं लेकरू ठेवणं बरं नाही. मग ती आजीकडेच राहते. चांगला मुलगा असेल तर लक्ष राहू द्या.''

मग दुसरी महिला म्हणते,

''अहो, आमचा भाचाच आहे लग्नाचा. पण तो नोकरीला नाही. दुसऱ्याच्या मेडीकलवर काम करतो. कारण आम्ही त्याला शिक्षणाला थोडाफार पैसा खर्च केला पण नोकरी लावायची म्हटले की सात आठ लाख रुपये कुठून आणायचे. त्यामुळे तो मेडीकलवर काम करतो. स्वत:चं दुकान टाकायचं म्हटलं तर पैशांचा प्रश्न उभा राहतो. कर्ज घ्यावे तर कर्जासाठी बँकेच्या जाचक अटी कोण पूर्ण करणार? त्याच्या मामाला तर कामामुळे वेळच भेटत नाही.''

तेव्हा समोरची महिला म्हणाली,

''तुमच्या भाच्याला शिकलेली मुलगी पाहिजे असेल.''

मग ती म्हणाली,

''शिकलेली म्हणजे जास्त शिकलेली नसेल तरी चालते. पण चांगली संस्कारक्षम, घर सांभाळणारी, सगळ्यांना धरून चालणारी पाहिजे. कारणं लेकरं पहिलेच वनवासी, आईबापाचं छत्र हरवलेली आहेत. घरची सगळी जबाबदारी सांभाळणारी असेल तर शिक्षणाची काही अट नाही.''

''माझी मुलगी सातवी शिकलेली आहे. तिचं शिक्षणात डोकं चालत नाही म्हणून जास्त शिकवलं नाही. पण बाकी विणकाम, मशीनकाम, मेहंदी, पेंटींग यात मात्र हुशार आहे हं. स्वयंपाकही खूप छान करते. बघा, तुमच्या भाच्यासाठी जमले तर.''

तेव्हा समोरची महिला म्हणाली,

‘‘अहो, स्वयंपाक उत्तम करते मग तिने घरगुती मेस चालवली तरी खूप झाले. काय करता? शिकून तरी कोठे नोकऱ्या लागतात आपल्या समाजाला? मग तुमच्या भाच्याला पाठवा मुलगी बघायला, शिकलेली नाही पण विचाराने कणखर आहे. वेळ पडली तर दोघांचे पोट भरून आपल्या संसाराचा गाडा चांगल्या प्रकारे चालवू शकते.’’

समोरच्या महिलेने लगेच आपल्या पतिराजाला सांगितले,

‘‘अहो, यांची मुलगी आहे म्हणतात लग्नाची. आपल्या प्रमोदसाठी पाहू.’’

दोघांची मोबाईल नंबर घेण्यासाठी घाई सुरू झाली. एवढ्यात माझा स्टॉप आला. मी उतरून गेले पण मनात त्या दोघींच्या संभाषणाचे विचार गदारोळ करू लागले. मुले शिकली, पदवीधर झाली. मात्र आर्थिक सुबत्ता नसल्याकारणाने सुशिक्षित बेकार म्हणून हातात डिगऱ्या घेऊन बेकार हिंडतात. नोकरीच्या ठिकाणी मुलाखतीसाठी त्यांचे लोंढे पाहिले म्हणजे वाटते, यातील किती जणांच्या भाग्यात सरकारी नोकरी असेल? मग ती बुद्धिमत्तेवर की खिशात खुळखुळणाऱ्या पैशांच्या जोरावर? मग ज्यांच्याकडे खूप पैसा असेल त्यांनी त्यांच्या आवडीचा व्यवसायच का करू नये? ज्यांना नोकरी नाही ते मात्र तुटपुंज्या पैशात व्यवसाय करतात किंवा दुसऱ्याच्या दुकानात नोकर म्हणून काम करतात. पण दुसरी बाजू पाहिली तर प्रत्येकाची अशीच समजून असते की, भरपूर शिकले की मोठ्या पगाराची नोकरी लागतेच. पण ही समजूत प्रत्येकाच्या बाबतीत सफल होणे सध्या तरी शक्य नाही. मग मुलामुलींना शिकवावे की नाही? शिकावं ते नोकरीसाठी की ज्ञानात भर पडण्यासाठी?

काही मिनिटांच्या त्या संवादाने मनात अनेक प्रश्नांच्या लाटा उचंबळून आल्या होत्या. खरा प्रश्न आहे सुशिक्षित बेरोजगारांचा, तर दुसरा प्रश्न आहे मुलींच्या लग्नाचा. या एकाच नाण्याच्या दोन बाजू आहेत. एक मुलगा पदवीधर असून डॉक्टर, इंजिनिअर होण्यासाठी अहोरात्र कष्ट करतो. वाटेल ती कामे करून यशाची एक पायरी सर करतो. आईबापाविना मामा मामीने वाढविलेले अनाथ रोपटे वटवृक्ष झाले. नोकरीला लागला की त्याची सर्व दैना फिटेल. गोड फळे चाखायला मिळतील. पण प्रत्येकाचे भाग्य वेगळं असतं. नाईलाजाने त्याला दुसऱ्याच्या दुकानात नोकरी पत्करावी लागते. दुसऱ्या नाण्याची बाजू म्हणजे सातवी शिकलेली मुलगी. आपल्या कलागुणांनी स्वत:च्या पायावर उभी राहण्याची तयारी दर्शविते. जीवन जगण्यासाठी लागणारी जिद्द, धडपड तिच्याजवळ आहे.

कमी भांडवलात ती आर्थिक नफा कमवून उदरनिर्वाहाबरोबरच विकासाची नवी दिशा दर्शविते.

काही रूढी काळाच्या ओघात बदलत असल्या तरी दोन्ही परिवारांनी एकमेकांना समजून घेणे, जीवन जगण्याच्या दिशेने संसारात उद्भवणाऱ्या अडचणींवर मात करण्याची तडजोड तेवढीच महत्त्वाची आहे. दोघांचे शिक्षणाची दरी विभिन्न असली तरी रथाची दोन चाके सारखी असतील तर रथ समान चालतो. या तडजोडीत शिक्षणाच्या समानतेत काही फरक पडत नाही. गरज असते ती दोघांचे विचार जुळण्याची. एकमेकांना समजून घेण्याची.

विचारांच्या भोवऱ्यात रस्ता कधी संपला तेही मला कळाले नाही. समोर बसस्टँड दिसला अन् मी भानावर आले. एसटीत बसले तसे मनात दाटलेले विचारांचे ढग अधिकच गर्दी करू लागले. बसच्या आवाजाने मात्र विरून गेले आणि मी माझ्या तंद्रीतून बाहेर पडले. सर्व विचार झटकून प्रवासाला आरंभ केला. सर्व विचारांच्या कोंडाळ्यात मात्र मी पुन्हा पुन्हा अडकत होते.

**

– १६ –
संशय

तो आणि ती तसे वेगळ्या वाटेने वेगळ्या विचाराने जगणारे. दोघांची दुनियाच अगदी वेगळी, कधी स्वप्नातही विचार केला नसेल कुण्या अनोळख्याशी अचानक नाते जुळेल. प्रत्येकाचे काही तरी वेगळे विश्व असते. वेगळी स्वप्ने असतात. भविष्य जगण्याच्या वेगवेगळ्या कल्पना असतात. पण सर्वांचीच स्वप्ने, कल्पना मनाप्रमाणे साकार होत नाहीत. आपण आखलेल्या योजना, रंग भरणारी स्वप्नं किंचित जणांच्या नशिबी असतात. हात जोडून उभी राहणारी सुखं जगात फार मोजक्या लोकांच्या जीवनात येतात. जे दुर्दैवी असतात ते सदैव दुःखाच्या दरीत संकटाच्या खोल खाईत पडतात. गटांगळ्या खात, मन मारत महासागरात पडूनही किनारा गाठण्याचा प्रयत्न करतात. कधी दैवावर विश्वास ठेवून तर कधी नशिबाला दोष देत शेणातील किड्याप्रमाणे वळवळत असतात. कधी स्वप्नांचे उंचच उंच मनोरे रचत जगतात. तर कधी ढासळणाऱ्या मनोऱ्याकडे पाहत रडतात.

प्रत्येक माणसाला फक्त सुखाची स्वप्ने बघायला आवडतात. दुःख कधी कुणाला हवे आहे असं कधी कुणी म्हणेल का? अशाच स्वप्नाला तीही अपवाद कशी असेल? तिलाही लहाणपणापासून संसाराचे स्वप्न बघण्याची भारी आवड होती. तिने आपल्या मनाप्रमाणे संसारही थाटला होता. पण भविष्याचा वेध कधी कुणाला घेता आला का? अचानक नियतीचे फेरे उलटे पडले आणि रथाचे एक चाक अचानक निखळून पडले. एका चाकावर रथ कधी चालतो का? पण तरीही तिने एका बैलाप्रमाणे गळ्यात जू अडकवून संसाराचा रथ सामर्थ्यांने तोलण्याचा आटोकाट प्रयत्न केला. तिथेही दुर्दैवाने तिचा पिच्छा सोडला नाही.

नियतीने कळसूत्री बाहुलीची दोरी तोडली आणि एका पाठोपाठ एक असंख्य मनोरे कोसळून पडले. आता उरले तेवढे मातीचे ढिगारे. समोर वाकुल्या दाखविणारे

समाजाचे चक्रव्यूह. समाजकंटकांच्या न भेदणाऱ्या अभेद तटबंदी. तरीही त्या भेदून तिने जगण्याची धडपड सुरूच ठेवली. पण त्या तटबंदी अनादी काळापासून इतक्या मजबूत बनल्या होत्या की चिखलमातीने घट्ट लिंपल्या गेल्यात. त्या सहजासहजी तुटणे कशा शक्य आहे?

तिने मोठ्या धैर्याने भविष्याचा ठाव घेण्यासाठी अगणित काटेरी कुंपणे तोडत मार्गक्रमण करत घराचा उंबरठा ओलांडला. कारण स्वप्न भंगले म्हणून जगणे थोडेच थांबणार! काळाच्या ओघात ते भयानक वाढत जाते. वणव्याप्रमाणे रौद्ररूप धारण करून तिचे जीवनच काळवंडून टाकले. तरीही वाहत्या जनप्रवाहात ती रमून जाते. कधीही बाहेरचे वारे न लागणारी सतत वादळाशी झुंज देत राहते. सहकाऱ्यांसोबत प्रामाणिकपणे काम करते, आणि अचानक ते इतके जवळ येतात की आपण कोण कुठले हे सर्व विसरून गेलेले असतात. विचार वेगळे, प्रवाह वेगळे, सर्व दिशा विरुद्ध असूनही कधीकाळी एकमेकांचे दोष करणारे एकत्र आले.

सर्वच दिशा विरुद्ध असूनही जुळवून घेऊ लागले. आता तर क्षणभरही एकमेकांपासून दूर राहणे अशक्य झाले. तिच्या प्रत्येक पावलोपावली, पाठमोरा, श्वासातही तोच दिसू लागला. तिने तिचे सर्वस्व त्याला वाहून टाकले. ती तिची राहिलीच नाही. क्षणभरही तो दिसला नाही की ती पाण्याविना माशाप्रमाणे तडफडत असे.

ती त्याच्यामध्ये एवढी गुंतली होती की, स्वत:चे नातेवाईकदेखील सोडून दिले होते आणि त्याच्यासाठी पावलोपावली अपमान, बदनामी सहन करत होती. तिने त्याच्यासाठी जवळचे असे कुणीच ठेवले नाही. सर्व आशाआकांक्षांना तिलांजली देऊन त्याच्या तालावर नाचत होती. आता हळूहळू त्याने आपला सरड्याचा रंग दाखविण्यास सुरुवात केली. काही दिवसातच तो अनोळख्याप्रमाणे वागू लागला. ती मात्र वेड्या आशेवर जगत होती. तो तिला खूप जपतो, जिवापाड प्रेम करतो, हृदयाची स्वामिनी मानतो असे तिला वाटायचे, पण तसे काहीच घडत नव्हते.

ती जिथे जिथे असेल, कुणाला बोलत असेल तर तो फक्त संशयरूपी नजरेने तिला पहात असे. त्याचा स्वत:चाच स्वत:वर विश्वास नव्हता मग तो तिला विषाप्रमाणे डागण्या देत राहायचा. असे बरेच दिवस लोटत होते. तिला वाटायचे, हा आपल्यावर जिवापाड प्रेम करतो अशी तिची धारणा होती. म्हणूनच तो असा वागत असावा पण हाही शेवटी तिचा भ्रमच ठरला. दिवसामागून दिवस जात होते. पण त्याच्या संशयी वृत्तीत काहीच बदल झाला नाही. त्याचे विकृत वागणे,

जिव्हारी लागणारे बोलणे अधिकच जास्त जाणवत होते. ही संशयी नजर तिला आता नकोशी झाली होती. सहनशीलतेची मर्यादा संपली होती.

तो नेहमी तिची तुलना इतरांशी करून ती किती वाईट, बुद्धिहीन, सौंदर्यहीन आहे याची तुलना करून तिचा मानसिक छळ करीत असे. तो मिणमिणत्या दिव्याची तुलना सूर्याशी करू पाहत होता. हळूहळू तिला आता तिचं स्वतंत्र अस्तित्व, स्वातंत्र्य हिरावल्याची जाणीव होत होती. तिने मात्र त्याची अन्य कुणाशी तुलना कधीच केली नाही. तिला आपण मृगजळी मोहाला बळी पडल्याची जाणीव होत होती. आकाशातील चंद्र तारे तोडून आणणारा आता केसांनी गळा कापणारा वाटू लागला होता.

त्याचा प्रत्येक शब्द तिच्या जिव्हारी लागत असे, तर कधी भूतकाळातील रम्य स्मृतीत घेऊन जात असे. कधी कधी त्या रम्य स्मृती काटेरी भासत असत. ज्याने प्रकाशाची वाट दाखविण्याचे वचन दिले होते, तोच अंधाराच्या खोल खाईत ढकलत असल्याचे जाणवू लागले. निवांत बसली की विचारचक्र इतक्या वेगाने सेकंद काट्याप्रमाणे फिरत असे. डोळे बंद केले की समोर जीवनातील अंधार दाटून यायचा. मुक्यापासून धनाचा भरलेला घडा न्यावा आणि त्याने फक्त पहातच राहावे अशी तिची अवस्था झाली होती.

आता तर त्याचे वागणे एवढे बदलले की रक्तामासाच्या माणसालाही तो पाप लावायला कमी करत नव्हता. संशयाच्या नागाने त्याला इतका विळखा घातला होता की, काहीही बोलले तरी तो समजून घेण्याच्या मनस्थितीत नव्हता. तिने ज्या हातने त्याला दूध पाजले त्याच हाताला तो चावा घेऊ लागला.

जो हात विश्वासाने पुढे केला, तोच छाटण्याचा प्रयत्न करू पाहत होता. जे पाऊल त्याच्या भरवशावर पुढे टाकण्याचा प्रयत्न केला त्यालाच तो अपंग करू पाहात होता. ती कायमची पंगू व्हावी, त्याच्याकडे दयेची भीक मागण्यासाठी, तो नाचवील तसे नाचण्यासाठी, पण तिच्या आत्मविश्वासाला तडा गेला होता, तिची फसगत तिला कळाली होती. तिच्यातील अंतरात्म्याने तिला आवाज दिला, तू केवळ स्त्री नाहीस, तूही रणरागिणी आहेस. तुलाही काही अस्तित्व आहे.

तू काय करू शकत नाहीस? ठरवलं तर क्षणात विश्वाचा नायनाट करून टाकू शकतेस, मग कशाला हव्या आहेत तुला या फसव्या पुरुषांच्या नामधारी बेड्या? इतकी तू टाकाऊ आहेस, तुझा तुझ्या कर्तृत्वावर विश्वास नाही का? झुगारून दे ती बेविश्वासू, संशयी सहानुभूती आणि हो तयार जगाला तोंड देत

जगण्यासाठी. दाखव सर्व जगाला मी एक कर्तृत्ववान स्त्री आहे, गुलाम किंवा लाचार जगणारे जनावर नाही. सांग त्याला निधड्या छातीने, मीही एक माणूस आहे, स्वाभिमानाने जगणारी रणरागिणी. तुझ्या संशयी नजरेपासून दूर होऊन ताठ मानेने राहणारी सफल स्त्री.

**

- १७ -

झाले समरस

सकाळच्या ढगाळ वातावरणाने नुसता कुंदट वास अन् झिमझिम पडणारे पावसाचे थेंब यांचा अनोखा संगम पाहात घरातील कामे आटोपली अन् पाहता पाहता घड्याळाचा काटा कधी दहावर येऊन ठेपला ते कळलेच नाही. अंगाचा आळस झटकून पर्स अडकवली अन् हातात छत्री घ्यावी की नाही, पाऊस जोरात आला तर बरे नसता उगीच हातात ओझे नको या विचारातच दाराला कुलूप अडकवले अन् निघाले. झपाट्याने कार्यालय गाठले. दिवसभर वृतपत्राच्या गड्ड्यात रेंगाळलेले मन कधी खिडकीतून हळुवार येणाऱ्या थंडवाऱ्याने रोमांचित व्हायचे, मधून मधून येणाऱ्या पाऊस सरीतील आनंदात समरसून जायचे.

खरे तर सर्व विश्वच आतुरलेले असते, पावसाला आपल्यात सामावून घेण्यासाठी. पाऊस कुणाला नको असतो का? खरे तर तरुणाईच्या आनंदाला उधाण आणणारा हा पाऊस त्यांच्या आनंदात मोलाची भर घालत असतो. हा पाऊस म्हणजे चिंब चिंब भिजवणारा, धरणीला ओलावणारा, शेतकऱ्याला खुलवणारा, झाडांना झुलवणारा, मनाला बेधुंद करणारा, कवीला कवित्व बहाल करणारा. तर काहींना पाऊस म्हणजे वैताग, पाऊस म्हणजे चिखल, पाऊस म्हणजे चिकचिक, पाऊस म्हणजे जुन्या आठवणी ओल्या करणारा, पाऊस म्हणजे भूतकाळाचा आरसा, वर्तमानाचा दिलासा, भविष्यकाळाची खूणगाठ. असा हा अगणित रूपात जपलेल्या स्मृतीचा ठेवा. सर्वांनी त्यात न्हाऊन जाण्याची पर्वणीच असते.

संध्याकाळच्या अगणित रंगछटा न्याहाळत रस्ता चालू लागते. सुंदरसा हिरवा शालू पांघरलेली धरित्री, तिच्या अंगाखांद्यावर उगवलेली इवली इवली गवताची पाती जणू हात जोडून जगाच्या स्वागतासाठी उभी राहिल्यासारखी वाटत

होती. लुसलुशीत कोवळी पाने त्या पानावरील दवबिंदू मोत्यासारखी चमकू लागली. हळूच पडणाऱ्या झाडांच्या पानावर पावसाच्या थेंबाने पावा वाजविल्यासारखा आवाज कानात गुंजन करतो. पाण्याने साचलेली तळी, त्यात मनसोक्त पहुडणाऱ्या काळ्याभोर म्हशी, आजूबाजूच्या परिसरातील धुंद वातावरण रिमझिम पावसात अनोखे गाणे गात होते. काहींना पाऊस हवा असतो तर काहींना तो अंगावर घेण्याची भीती वाटते. या धुंद वातावरणाने मन बैचेन होते. डोंगर कपारीच्या धबधब्यात जाऊन बसते. रानवेलींच्या रानफुलांचा दर्प पुन्हा पुन्हा अनुभवण्यासाठी जीव व्याकूळ होतो.

किती सुंदर, विविधरंगी किमयेने नटलेला असतो हा परिसर. या हिरव्यागर्द पानाफुलात मी शोधत राहते आठवणींचा हरवलेला ठेवा. कारण पाऊस आला की तो मला सापडतो. अन् मी त्या उंच डोंगर कपारीतील निसर्गात बालपण शोधत राहते. मनाच्या कंगोऱ्यात मोरपीसाचा पिसारा फुलतो. वाऱ्याच्या झुळकीने अंगाला गुदगुल्या होतात. अन् मीही एक गाणं होऊन गात राहते पुन्हा विरहाचे गीत. तर कधी पानापानातून येणारा सूर भासतो कृष्णाच्या मुरलीसारखा अन् जाऊन पोहोचते राधाकृष्णाच्या प्रेमलीलांच्या नगरीत. गोवर्धन पर्वताच्या उंच कड्यावर दिसतो. तिथून माणुसकी हरवलेल्या माणसांचा थवा, स्वार्थासाठी टाकलेली असंख्य जाळी अन् पुन्हा घसरते त्या दिव्यत्वाची दृष्टी अन् पडते कलियुगातील राक्षसांनी स्त्रीवस्त्रावर घातलेले हात, छाटून टाकावे वाटतात. एकाच तलवारीच्या घावाने मन विरघळते, पुन्हा एक खुणगाठ बांधते, थिजून गेल्यागत गप्प बसते. तंद्रीतून बाहेर येते. वास्तवात पाहते तर मी नाही गोवर्धन पर्वतावर, मी नाही द्वापारयुगात. वावरत आहे कलीयुगात. पुन्हा विचारचक्र सुरू होते.

आज छत्री नाही आणली ते बरे झाले. नसता छत्री उघडून सुरक्षेचा मोह टाळता आला नसता. आणि पावसाच्या सरी अंगावर घेण्याचा आनंदही लुटता आला नसता. या श्रावणसरींना कवेत घेत धरतीचं सुंदर निसर्ग चित्र मनसोक्त डोळ्यात टिपून घेत होते. बाजूला लहान लहान झोपड्या थाटलेल्या, हिरव्या कुरणात जनावरांचा ताफा चरत होता. हातावर पोट घेऊन फिरणारे फिरस्ती पोटाच्या टिचभर खळगीसाठी डोक्यावर हरमाल, तर कुणी भाजीपाल्याची टोपली घेऊन जात होते. सर्वसामान्य मजूर दिवसभराचे काम आटोपून घराकडे परतत होते. एकीकडे टि.व्ही समोर बसून लोकपाल विधेयकाची चर्चा चाखणारा वर्ग तर दुसरीकडे पोटापाण्याच्या भ्रांतीत असलेल्या या मजुरांच्या चेहऱ्यावर त्याचा मागमूसही

दिसत नव्हता. सगळं कसं आलबेल दिसत होते.

सूर्यदेवतेचे दर्शन न झाल्याने मन ढगाळ झाले होते पण या चिंब चिंब पावसात मी पूर्ण समरस होऊन गेले होते. टपकन पडणाऱ्या थेंबांनी साचलेल्या पाण्यात तरंग उठायचे तसेच अनंत तरंगांनी माणसाचं मनही भरलेलं असतं. वाहणाऱ्या ओहळात मी लुप्त झाले अन् बालपणाची कागदाची केलेली नाव डोळ्यासमोर तरळू लागली. आईचा डोळा चुकवून कागदाची नाव पाण्यात सोडायची आणि तिच्यामागे धावत सुटायचे. ती दिसेपर्यंत तिला डोळ्यात साठवून ठेवायचे. या पावसाने बालपणीच्या आठवणींच्या लहरीने मन सैरभैर झाले. अन आज या पावसाने माझे गोठलेले शब्द पुन्हा लिहिते केले. हा पाऊस मात्र दरवर्षी येतो आणि मला हाती लेखणी धरायला नवा उत्साह निर्माण करतो. खरं तर हा माझा सखा. याच्या भेटीसाठी मी आतुरतेने वाट पाहत बसते. तो नाही आला की मात्र स्वत:वरच रागावते, पावसाला यायला भाग पाडते. तो आला की खऱ्या अर्थाने समरस होते.

∗∗∗

- १८ -
चाळीशी जिव्हाळा

मनुष्य हा समाजप्रिय प्राणी आहे. तो जिथे राहतो त्या भोवतालच्या परिवाराशी, निसर्गाशी, त्या चाळीच्या रस्त्याशी, भोवतालच्या परिसराशी त्या माणसाचे इतके अतूट नाते बांधले जाते की, ते नाते कितीही तोडावे म्हटले तरी तुटत नाही. ज्या घराच्या निर्जीव चार भिंतीत आपण राहतो, ते घर भाड्याचे असले तरी अगदी आपल्या जिवाभावाचं, जिव्हाळ्याचं होऊन जातं. त्या निर्जीव भिंती, जड अवस्थेतील छत हे काही नुसता निवारा नाही तर आपल्यावर जिवापाड प्रेम करणारं आपुलकीचं नातं सांगणारं, अशा या घरातून आपल्याला कधी बाहेर पडावं वाटत नाही. आपल्याशी नातं जोडणारं हे घर कधी कधी खरंच सजीव असल्यासारखं भासू लागतं. आपल्या अनेक संकटात, वादळात हे आपल्याशी सहमत होतं. थकल्या भागल्या जीवाला आसरा देत ते एक आपल्या जीवनातील अविभाज्य घटकच बनून जातं.

घराच्या बाहेर पडले की, शेजाऱ्याशी आपुलकी सांगणारे नाते, आजूबाजूच्या निसर्गाशी, रस्त्याशी, त्या चाळीशी आपण कधी एकरूप होऊन जातो ते आपल्याला देखील कळत नाही. मग त्या वस्तीतील, परिसरातील प्रत्येक आठवणी, प्रसंग, चांगले वाईट अनुभव हृदयावर घट्ट कोरले जातात. कितीही विसरावे म्हटले तरी विसरता येत नाहीत. अनेक उन्हाळे, पावसाळे, त्या परिसरात अनुभवलेले असतात. प्रत्येक ऋतूमध्ये त्या खेळात सहभागी झालेलो असतो, कधी कडकडीत उन्हाळा, त्यानंतर चातकाप्रमाणे आपण ज्याची वाट पाहतो तो सर्वांनाच हवाहवा वाटणारा पावसाळा. त्याच्या पहिल्या पावसातील सरी अंगावर घेण्यासाठी, त्याचा आनंद उपभोगण्यासाठी सगळीच आसुसलेली असतात. तो कधी कोसळत येईल म्हणून आकाशाकडे डोळे लावून बसतात.

पाऊस संपला की, गोड गुलाबी थंडीचे स्वागत करण्यासाठी गरम शाल लपेटून घरात बंदिस्त होण्याची आपण वाट पहात असतो. निसर्ग जरी आता लहरी असला तरी आपण मात्र त्याच्या स्वागतासाठी आसुसलेले असतो. असे सर्वच ऋतू आपण ज्या घरात, परिसरात प्रत्येक वेळी वेगवेगळ्या प्रकारे अनुभवलेले असतात, ते घर, तो परिसर, ती आपुलकीची माणसं, तेथील रस्त्याशी असलेले अतूट नाते हे सर्व सोडताना जीव व्याकूळ होतो, शरीराला असंख्य इंगळ्या चावल्यागत वेदना होतात. आपला जीव कुणीतरी हिरावून घेतल्याप्रमाणे आभास होतो. सभोवतालच्या माणसाशी, परिसराशी जोडलेली नाळ तुटता तुटत नाही. मग ती वस्ती कशीही असो, ते घर छताचे असो, टिनाचे असो अथवा कुडाची झोपडी असो, त्या वास्तूत आपलं कुटुंब अनेक बरे वाईट अनुभव घेत असते. या सुखदुःखात, आनंदात निर्जीव भिंती म्हणण्यापेक्षा, आठवणीच्या त्या मूक साक्षीदारांनी अनेक उत्सव साजरे करतो. ते मूक साक्षीदार आपल्या प्रत्येक सुखाच्या क्षणात भर घालत असतात. आपल्यात सामील होतात. वेळ प्रसंगी आपल्याशी मूकपणे बोलतातही. तो परिसर गल्ली असो, कॉलनी असो, स्वच्छ नगर असो किंवा गलिच्छ झोपडपट्टी असो, आपणास ती वस्ती अति प्रिय असते. त्याविषयी हृदय अधिक दृढ होते. ज्या चाळीविषयी, गावाविषयी आपण ऐकतो, स्वत: तिथे राहून परिसरातील कडू गोड अनुभव घेतो तेव्हा वातावरणाशी आपले संबंध अधिक बळकट होतात. ते खेळीमेळीचे वातावरण मनात प्रेमाचे, आपुलकीचे प्रतिबिंब उमटवीत असते. अशा एका कुटुंबातील तीही होती. ती आपले गाव सोडताना खूप अस्वस्थ होती. ती चाळ, ते गाव सोडताना तिला सहस्र इंगळ्या चावल्याप्रमाणे वेदना होत होत्या. शेजाऱ्यांशी म्हणण्यापेक्षा जिवाभावाच्या लोकांशी गुंफलेले आपुलकीचे धागे तोडावेसे वाटत नव्हते. रात्री, अपरात्री हाक मारल्याबरोबर क्षणाचाही विलंब न करता किंवा कसलाही किंतू मनात न आणता ते तिच्या मदतीला धावत येत असत. परक्या गावात चाळीत, आपल्या नातेवाईकांपेक्षा शेजारीच खरे सखे सोबती असतात. आज किती तरी वर्षे त्या चाळीत, त्या परिसरातील उपभोगलेले सुख दुःखाचे क्षण आठवून मन विचाराच्या ढगाळ वातावरणातील आभाळागत भरून येत होते तर कधी डोळ्यातून धो धो पाऊस पडल्यागत धारा कोसळत होत्या. तर आठवणींनी हृदय धुमसत होते. कितीही प्रयत्न केला तरी भोवऱ्यागत आठवणींचे वादळ घोंगावत होते.

आज किती तरी वर्षे राहिल्यानंतर ती चाळ सोडून ती दुसरीकडे बिऱ्हाड

थाटणार होती. ती चाळ सोडण्याचा निश्चय करून, सामान बांधू लागली तरी मन सारखे घरातच घुटमळत होते. आठवणीने हात थरथरत होते. पाण्याविना मासा वेगळा झाल्याप्रमाणे ती तडफडत होती. घरातील रिते कोपरे, मुक्या भिंतीही मोहाच्या बेड्या घालत होत्या. निर्जीव वस्तू सजीव झाल्यागत न सोडण्यासाठी खुणावत होत्या. मनातील असंख्य भावनांची कालवाकालव सुरूच होती. मन नावाचे वादळ सर्वांभोवती घुटमळत होते.

सर्व बळ एकवटून तेथून ती निघाली. सर्व मोहाच्या बेड्या तटातट तोडून टाकल्या. शरीर फक्त निर्जीव प्रेतासारखे घेऊन जड पावलांनी मागे वळूनही न पाहाता पुढे निघाली असली तरी मन मात्र माहेरच्या अंगणात पिंगा घातल्याप्रमाणे पुन्हा पुन्हा त्या आठवणींच्या रिंगणात फिरत होते. ती चाळ सोडून निघाली होती. त्या चाळीतील रस्ते, झाडे झुडपे तिच्याशी मूक संवाद साधत होते. ते फक्त तिला एकटीलाच कळत होते. रस्ता एवढा परिचयाचा झाला होता की, डोळे झाकून चालली तरी बरोबर घरी सोडत होता. आज या सर्व जिवाभावांच्या परिसराला, शेजाऱ्यांना ती मुकणार होती. निघताना पाय जड झाले होते. डोळ्यातून पुराचे प्रवाह वाट फुटेल त्या दिशेला वाहत होते.

तेथून निघताना सर्व दृश्य डोळ्यात साठवत होती पण डोळेही ते साठविण्यासाठी अपूर्ण पडत होते. या सर्वांशी ती कधी इतकी समरस झाली होती हे तिचे तिलाही कधी कळले नाही. ती चाळ, तो परिसर सोडण्याच्या कल्पनेनेच तिच्या अंगावर थरारून काटा उभा राहायचा. हजारो छन्न्यांनी तिच्या अंगावर घाव घातल्यागत तिची दशा झाली होती. खूप प्रयासाने त्या ठिकाणाहून काढता पाय घेतला. ती निघाली, पण मन मात्र माहेरच्या अंगणात पिंगा घातल्यासारखे पुन्हा तिथेच घुटमळत होते. ती मोठ्या धीराने तेथून निश्चय करून निघाली, पुन्हा मागे वळून न पाहण्यासाठी.

पण म्हणतात ना, माणसाची मन नावाची नौका ही वाऱ्याप्रमाणे असते, त्याला विचारांची लाट जिकडे वाहून नेईल तिकडे ते अगदी बेलगाम घोड्याप्रमाणे बेधुंद धावत सुटते. मग त्याला कितीही आवरले तरी त्याचा काहीच उपयोग होत नाही. माणूस हा समाजप्रिय प्राणी आहे आणि तो एखाद्या चाळीत, समाजाच्या ग्रुपमध्ये एकरूप झाला की, मग त्याला कसलीच अडचण भासत नाही. त्या अडचणींवर मात करत कसे जगायचे हेच आराखडे तो आखत असतो.

तसेच तीही इतर समाजाप्रमाणे अडचणींवर मात करायला शिकली होती

पण तरीही काही कारणास्तव तिला या परिसराला, या चाळीला सोडावे लागणार होते. असाच मनाचा पक्का निश्चय करून ती निघाली होती. पण निघतानाही फुलांवर गुंजन करणाऱ्या भुंग्याप्रमाणे रस्ते तिला घट्ट बांधू पाहात होते. तिची पावले पुढे धजतच नव्हती. कसे तरी ती निघाली होती. वाऱ्याची हळुवार झुळूकही तिला जाण्यासाठी अडवित होती.

अचानक येणाऱ्या वादळाप्रमाणे पुन्हा पुन्हा आठवणींच्या थव्यांनी ऊर दाटून येत होते. अचानक डोळ्यांसमोर काळोख दाटावा त्याप्रमाणे तिच्या डोळ्यात विचारांचे थवे दाटून आले होते. क्षणभर ती दिग्मूढ झाली. काय करावे नी काय नाही हे तिला काहीच सुचत नव्हते. एवढ्यात तिला कुणाची तरी हाक ऐकू आली. 'वहिनी, निघालात का आम्हाला सोडून?' तसे तिचे हृदय आणखीनच भरून आले. रडक्या सुरातच ती म्हणाली, 'काय करू भाऊ? या सगळ्यांना सोडून जाण्याची इच्छा नसतानाही जावे लागत आहे.'

ती सर्वांना म्हणाली, 'मी जरी दूर असले तरीही आठवणींच्या रूपाने मी तुमच्या सर्वांच्या भोवती नक्कीच असेन. माणूस शरीराने दूर गेला म्हणून काय झाले? शेवटी मन तर तुमच्या सगळ्याभोवती फिरत राहील.' निरोप घेण्यासाठी ती सरसावली पण तिच्या कंठातून शब्दही निघत नव्हते. मूकपणाने हात हलवत ती निघाली होती. लहरी वाऱ्यागत ती पुढे पुढे चालली होती पण आठवणींचे गाठोडे हृदयातून आणखीनच उकलू पाहत होते. त्याला बांधण्याचा ती पुन्हा पुन्हा प्रयत्न करीत होती पण ते आवरण्यासाठी तीही हतबल झाली होती.

सभोवतालच्या परिसरापासून ती बरीच दूर पोहचली होती. तरीही सगळ्यांचे संवाद जणू तिच्या कानात गुंजल्याप्रमाणे तिला भास होत होता. पण शेवटी तो भासच असतो. या सर्वांच्या रोजच्या संवादापासून ती आता कोसो दूर जाऊन पोहोचली होती. कधी कधी तिला या सर्व परिसराची, चाळीतील निसर्गाची, तेथील जिवाभावाच्या माणसांच्या आठवणीने ती व्याकूळ होऊन जायची. त्या आठवणींच्या झुल्यावर ती अगलद झुलत राहायची. मनाच्या खोल तळाशी चाळीच्या आठवणींच्या तरंगाने तिचे मन विखरून जायचे. भानावर आली की चाळीशी नाते जोडण्याचा पुन्हा प्रयत्न करायची.

आता तिने ठरविले होते की, जिथे गेले तिथे आपण काही तरी सामाजिक कार्य करायचे. या नव्याने बिऱ्हाड थाटलेल्या चाळीत ती आताशी काही रुळली होती. हळूहळू ओळखी झाल्या. मग बचतगटाचा विषय निघाला. यातून दहा बारा

बायका तयार झाल्या. मग हा समूह तयार झाला. या माध्यमातून तिने चाळीची स्वच्छता, मुलांच्या आरोग्याचे प्रश्न, शिक्षणाचा प्रश्न यावर चर्चा करून हे सामाजिक कार्य हाती घेतले आणि या माध्यमातून ती पुन्हा सगळ्यांशी जोडली गेली. विस्तारलेल्या जगाच्या पाठीवर अनेक नागरिक चांगले असतात. फक्त त्यांच्याशी प्रेमाने वागले तर जग जिंकता येते. आता पुन्हा या चाळीशी तिचे ऋणानुबंध जोडले गेले.

***

– १९ –

पराभवातून स्फूर्ती

दररोजची दैनंदिनी निश्चित करून धरणीवर अंग टाकले. अंग सैल सोडून दिवसभराचा थकवा घालवून निवांत डोळे मिटावे म्हणून टी.व्ही.चा रिमोट हातात घेऊन विविध चॅनलची चित्रफीत पाहत झोपण्याचा प्रयत्न करू लागले. पण का कोण जाणे, डोळ्याला झोपण्याची नशा काही चढतच नव्हती. कितीही डोळे मिटले तरी ते विचारांच्या दिशेने उघडे होऊन धावत होते आणि एकदा का विचारांचं गाठोडं उकलायला लागले की, ते कितीही बांधण्याचा प्रयत्न केला तरी उलगडतच राहते. एखाद्या वारुळातून असंख्य मुंग्यांची रांग लागावी तसा विचारांचा प्रवाह थांबता थांबत नव्हता. वाहत्या प्रवाहाचा पाण्याचा बांध फुटावा अन ते पाणी इकडे तिकडे बेदरकारपणे वाहतच जावे, असचं काहीसं हे विचारांच गुपित चित्रफितीसारखं सरसर डोळ्यापुढं सरकत होतं. हवेचा जोरदार झोत यावा अन् झाडावरची पिकलेली सर्व पाने गळून पडावी अशीच प्रश्नांची गर्दी मनाच्या अंगणात वावटळीगत अस्ताव्यस्त पसरली होती. यातच डोळ्याच्या तोरणाची समाधी लागली.

सकाळी प्रवासाला निघायचे म्हणून गाडीची वेळही ठरवली होती. लवकर झोपून लवकर उठावे व जाण्याच्या तयारीला लागावे हे विचारही त्या विचारांना सोबत करीत होते. अनेक विचारांच्या रंगात मिश्र रंग झाला होता. डोळ्यांच्या पंखुड्या बंद करण्याच्या प्रयत्नात रात्र आपले मार्गक्रमण करत होती. कारण तिला थांबून जमणार नव्हते. अख्ख्या विश्वाचा भार तिच्यावरच असल्याने तिला तिचे कार्य करणे भागच होते. पण ती उघड्या डोळ्याच्या आभाळात छतावरील नकली चांदण्याची शोभा अनुभवत होती. आज निद्रासुख घेणे डोळ्यांना काही मान्य नव्हते. कूस बदलत विचारांच्या सोबतीला ती एकटीच होती. घर भरलेले असले तरी मनाची घुसमट दुसऱ्या मनालाच सांगत होती. नकळत निद्रादेवीने कृपा केली

अन् तो तीन तासांचा झोपेचा आनंद तिने उपभोगला.

पूर्व दिशेची सप्तरंगी आभा फाडून आदित्य कलेकलेने बाहेर येऊन उजेडाची पेरणी प्रत्येकाच्या जीवनात, घरात, अंगणात सारखीच करत होता. बंद दार खिडक्यांना धडका देऊन अंधाराला छेद देत आपलं प्रकाशकार्य दररोजच्या जोमानं करीत होता. प्रत्येक थकल्याभागल्या जीवाला नवी स्फूर्ती, नवा उत्साह बहाल करणे हे त्याचे नित्याचेच काम आहे. उगवण्यासाठी त्याला घड्याळाच्या काट्याची, अलार्म लावण्याची गरज नाही. मावळण्यासाठी थांब म्हटले तरी तो थांबणार नाही. त्याची फिरतीची वेळ होताच, जगाला प्रकाशज्योत बहाल करण्याचा, नवी स्फूर्ती देण्याचा अन् रात्रीच्या अंधारात जगाला विश्रांती घेण्याचा वसा तो न चुकता विनामूल्य पार पाडत असतो. हे काय कुणी त्याला सांगायला हवे का? नाही, त्याची ती कर्तव्ये तो न चुकता पार पाडत असतो. मग माणसांनी त्याच्याकडून काय नि किती घ्यायचे हे ज्याच्या त्याच्या कुवतीवर अवलंबून आहे.

सूर्यदेवतेचे किरण दारात येण्याआधी तिची सडा रांगोळी त्याच्या स्वागताला तयार असायची. पण आज तिला हवे तसे त्याचे स्वागत करता आले नाही. ती सूर्यवंशी होऊन त्याच्या अलगद उन्हाचा उत्साह, ऊर्जा अंगात साठवून घेत होती. पारशा अंगणातच त्याचे आगमन झाले अन् त्याच्या किरणांनी हळुवार स्पर्शाची लाडिक टिचकी मारुन त्यानेच तिला उठविले. त्या भावस्पर्शी लहरीला आलिंगन देत तिने त्याला कवेत घेतले. आणि दिवसभराची शक्ती त्याच्या स्पर्शातून स्वत:मध्ये सामावून तिचे डोळे उघडले तेव्हा तो उजेडाची रांगोळी घराअंगणात रेखाटून पुढे सरकत होता. त्याची ही चर्या पाहून तिची तीच खजील झाली अन् मूकपणे अभिवादन करून अंगावरचे मळभ झटकले.

रामप्रहराचा पूर्व नियोजित विधी उरकून ठरलेल्या कामांची दिनचर्या, आवराआवर केली. प्रवासाला जावे की नाही अशा द्विधा मनस्थितीत कोणताच निर्णय घेऊ शकत नव्हती. अंत:करणात आज प्रवासाला निघण्यासाठी सतत नकारात्मक घंटीचा भेसूर सूर ऐकू येत होता. ज्या कामासाठी निघायचे, ज्या व्यक्तीकडून काही करवून घ्यायचे हे धाडसच आज हरवले होते. रणभूमीवर हरलेल्या योद्ध्यासारखी तिची स्थिती झाली होती. जी ओढ, उत्सुकता, आत्मीयता, जिव्हाळा, नात्याचा ओलावा नेहमी वाटतो तो आज तिला वाटत नव्हता. का कुणास माहीत, आज ती भित्र्या भागूबाईसारखी थरथरत होती. वेगळीच आशंका धुडगूस घालून मनाबरोबर कातडी सोलून काढत होती.

मनाचा निश्चय करून पाय अडखळत घराबाहेर टाकले तरी ते सारखे तिला मागेच खेचत होते. आशेचा प्रवाह खंडित होऊन निराशेची आभा अंगावर पसरली होती. मनाबरोबर नेहमीच धावणारी गती आज मंदावली होती. पायात साखळदंड घातल्यासारचे पाय जडावले होते. आजचा दिवस ठाम निर्णयाचा उजवा कौल काही देत नव्हता. सतत चलबिचल होणारे अंत:करण भावना कुंठित करत होतं. तरीही पायांना फरफटत त्या दिशेला घेऊन निघाली होती.

मनाची द्विधा अवस्था इथेही पाठलाग करतच होती. तिकीट काढावे की नाही, गाडी एक तास लेट म्हटले की, स्टेशनवर येईपर्यंत काही भरवसा नाही. स्वत:लाच इतका राग आला तरी चरफडतच गाडीचा राग गिळत काय करावे? घरी परत जावे का? का ठरलेले नियोजन करूनच परतावे? असे एक ना अनेक प्रश्न मनात पिंगा घालत होते. चांगले विचार कासवाच्या गतीने मार्गक्रमण करत येतात पण नकारात्मक विचार मात्र घोड्याच्या चालीने उधळत येतात अन् माणसाला सैरभैर करून टाकतात. काय करावे काही कळत नव्हते. शेवटी तिने प्रवास करायचा निर्णय घेतला.

जड पावलांनी तिकिट काढले आणि ती बाकड्यावर येऊन बसली. समोरच चहा फराळाच्या दुकानावर दोन खाकी वर्दीवाले उभे होते. सगळ्यापेक्षा त्यांचा तोरा जरा वेगळाच असतो. प्रवासी आपल्या खिशाच्या वजनाप्रमाणे नाष्टा करीत होते. खाकी वर्दीवाल्यांनीही चहा घेतला पण खिशात हात मात्र घातला नाही. सिगारेट पेटवत धुराच्या वलयाकडे अशा काही आविर्भावाने ते पाहत होते की, जगातील फार मोठी लढाई त्यांनी जिंकली असावी. तेवढ्यात समोरून एक मध्यम वयाची बाई डोक्यावर लालबुंद बोराची टोपली घेऊन पुढे गेली. तिच्या डोक्यावरील टोपल्यातील बोरांवरही मात्र खाकीवाल्याची नजर गेली अन् चहाच्या दुकानातील पोराला आवाज द्यायला सांगितला. तशी ती महिला आली. मुलगा म्हणाला, साहेबांना बोरं द्या. तिने पॉलीथीन काढली, एक दीड किलो बोरं भरली अन् वर्दीवाल्याच्या हातात दिली. दुसऱ्या वर्दीवाल्यानेही तेवढीच घेतली. त्या मुलानेही दोन ओंजळी बोरं घेतली. ती हे दृश्य निमूटपणे पहात होती. वर्दीवाल्याने बोरं बॅगमध्ये टाकली. तिला वाटले त्याचा आता खिशात हात जाईल. पैसे काढून त्या बाईला देईल; पण तसे काहीच घडले नाही.

सिगारेट ओढत तो तसाच उभा राहिला. त्या बाईच्या डोक्यावर टोपली उचलून देण्याचं साधं सौजन्यही दाखवलं नाही. दुसऱ्याकडून दहा बारा किलो

ओझ्याची टोपली उचलून ती पैसे न मागताच पुढे निघाली. ती गेली, पण तिचं मन मात्र स्वस्थ बसेना. पोटाची खळगी भरण्यासाठी उन्हाची पर्वा न करता चिल्यापिल्यांची चिंता करत, संसाराला हातभार लागावा म्हणून दिवसभर रेल्वेत फिरणारी ही बाई, पैशाबद्दल चकार शब्दही काढला नाही. का? खरचं, वर्दीवाल्यांच सरंक्षण न वाटता तिला भीती वाटली असावी का? सरंक्षण वाटले असते तर ती आपलं मूल्य घेऊनच गेली असती. खरंच जनतेला पोलिसांबद्दल आदर वाटतो का? भीती-आदर वाटला म्हणावा तर ती महिला पैसे न मागता गेली? जनता पोलीस म्हटले की का घाबरते? ते तर आपले रक्षक आहेत. रक्षक नसेल तर भक्षक आहेत का? नसेल तर ती न बोलताच निघून का गेली? दोन किलो बोरांच्या पैशासाठी तिचं मन किती जळत असेल? वर्दीवाल्याच्या हातात चार पाच तोळ्यांच्या अंगठ्या, गळ्यात सोन्याची चेन, हे सर्व गोरगरिबांच्या कमाईच्या रक्ताचीच तर बनवलेली नसेल ना? मोठा मासा लहान माशाला खातो, मोठं झाड लहान झाडाला कधीच वर येऊ देत नाही. त्याला तिथेच खुरवटून टाकतं. तसाच काहीसा मानवी स्वभाव तिला इथं पाहायला मिळाला. अंगावर खाकी वर्दी घालून जेवढ्या दिमाखाने तो उभा होता पण त्या वर्दीला कुठे तरी एक न मिटणारा कलंक त्यावर दिसत होता. हे वर्तन नक्कीच अशोभनीय नव्हते का?

वर्दी असली म्हणून गोरगरीबाकडून फुकटचे खायचे अशी शिकवण तर वरिष्ठ कधीच देत नाहीत. मग गरिबांच्या तोंडातील घास काढून आपल्या मुलाबाळांना भरवायचा हीच आपली संस्कृती आहे का? त्या लकाकणाऱ्या सोन्यावर पिडलेल्या जनतेची शापित मोहोर दिसत होती. पोलीस म्हटले की, जनतेला रक्षक न वाटता भक्षक वाटावा असेच वर्तन असावे का? यात काही दुर्मीळ रक्षक असतीलही. पण म्हणतात ना, एक कांदा नासला की तो सर्वांना नासवतो. गव्हाबरोबर किडेही रगडले जातात. ते या अशा काही लाचखोर महाभागांमुळेच डिपार्टमेंटला आणि सचोटीने काम करणाऱ्या कर्मचारी आणि वरिष्ठांना बदनाम करतात. एका व्यक्तीमुळे हा बट्टा मात्र सर्वांनाच लागतो. ही खंतही काळीज पोखरून टाकते.

तिच्या विचारांच्या जाळ्यात बारा वाजून गेले. तशी गाडी स्टेशनवर धडकली. या विचारांची झूल तिनं बाजूला फेकली. गाडीत जागा मिळवली. गाडीत बसली तरी त्या बाईचा मलूल चेहरा, तो वर्दीवाला काही मनातून जायला तयारच नव्हता, ती चित्रफीत कितीही कापली तरी डोळ्यापुढं झरझर सरकतच होती. मोकळी सीट मिळाल्याचा आनंद काही काळ उपभोगला. पण एक तास उलटून गेला तरी

गाडीचे स्टेशन सोडण्याचे चिन्ह दिसत नव्हते. पुन्हा दुसरं मन समज घालू लागलं. कितीही लेट झाली तरी तीनपर्यंत मुक्कामाच्या ठिकाणी पोहचू, ठरलेली कामे उरकून घेऊ. पुन्हा नकारात्मक घंटी वाजायला सुरुवात झाली. आज निघायलाच नको होतं. विरोधाची घालमेल सुरू झाली. ज्या कामासाठी निघाली होती त्यासाठी फोन केला तर तिथेही नीरस, नकारात्मक सूर ऐकू आला. मग तर तिला वाटले जाऊच नये. पण मागे फिरणेही तिच्या तत्त्वात बसत नव्हते. या सर्व परिणामामुळे तर पायात इच्छित ठिकाणी पोहचण्याची ओढच उरली नाही. नेहमी रस्त्याचं कधी अंतर संपेल अन् कधी आपण पोहोचू असे तिला वाटायचे. पण आज गाडी पोहचूच नये असाही विचार मनाला स्पर्शून जायचा. रस्त्याच्या अंतरापेक्षाही मनाच अंतर कैक पटीने वाढत होतं. मग नुसता संताप गिळून ती रक्त आटवत होती.

गाडीने स्टेशन सोडले. हव्या त्या स्टेशनवर ती नेहमी पाच मिनिटं थांबणारी पण आज ती चक्क प्रत्येक स्टेशनवर एक तास थांबत होती. अन् तिचे कुंठित विचार पुन्हा गतिमान होऊन गाडीच्या इंजिनापेक्षाही अधिक वेगाने धावत होते. खरंच दिसतं तसं नसतं म्हणून जग फसतं. चकाकणारं सर्व काही सोनंच नसतं. मुलामा निघून गेला की पितळ उघडं पडतं. गडगडणारे ढग कधीच मोकळेपणे रिते होत नाहीत, फक्त गर्जना करतात अन् निघून जातात. वाट पाहणाऱ्याला नेहमी चकवा देतात. निराश वाटेवर पुन्हा नव्याने चालायला भाग पाडतात. खरंच, हे जग कधी कधी खोटं मृगजळ वाटतं. त्याच्या मागे धाव धाव धावायचं अन् हाती काहीच येत नाही म्हणून दमून बसायचं, अंतःकरणात आक्रोश करत. हाताच्या रित्या ओंजळीकडं विस्फारलेल्या नजरेने पाहात. कधी कधी या डोळ्यांचाही राग येतो. का, तर माणूस वेडा मृगजळामागे धावतो. स्वतःला एका खोट्या बेडीत अडकवतो. वाटते, की काही अनुबंध अभंग असतात. खंड न पडणारे. पण कुठे तरी हलकीशी वाऱ्याची झुळूक येते अन् हा रेशीमधागा तोडून नेते. हे वेडं मन त्या धाग्याला पुन्हा जोडण्याचा प्रयत्न करतं. ते जोडलेही जातं पण अखंड रहात नाही. एक गाठ पडते. हीच गाठ त्या अखंडतेला अडसर करते. असचं काहीसं माणसांचं असतं. कोणती गोष्ट करू नको म्हटले की, ती करतं. कातडी सोलून निघते. या ओल्या जखमा काळजावर कायमची वेदनेची रांगोळी कोरून ठेवतात. रांगोळीत आशेचे रंग फिके पडतात आणि वेदनेचे मात्र गहिरे होत जातात.

स्टेशन आले तशी तिच्या विचारांची शृंखला तुटते. मुक्कामाचं ठिकाण येतं. पाय जडावतात. जे अंतर कापण्यासाठी पूर्वी जी ओढ होती ती त्या पायात उरतच

नाही. कधी काळी वाटायचे, तीन तासाचा रस्ता तीस तासासारखा भासायचा पण आज वाटत होते, रस्ता संपूच नाही. मुक्कामाचे ठिकाण येऊच नाही. हा प्रवास असाच चालू राहावा. कुठेही थांबू नाही. विराण अरण्य येईपर्यंत हा प्रवास अविरत चालत राहावा. गाडीच्या धुराच्या वलयाकडं ती पहात होती. हे वलय आकाशाला भिडून एक नवा मैत्रीचा, स्नेहाचा, मानवतेचा धागा जोडत होतं. असाच कधीकाळी इथेही स्नेह जोडला गेला होता. पण कालांतराने हे वस्त्र विरायला लागले. ते फाटू नये म्हणून जिवापाड काळजी घेते. अन् तो धागा नव्याने जोडण्याचा प्रयत्न करते. नाईलाजाने ती गाडीच्या खाली उतरते. चालायला पायच ओढत नाहीत. जणू त्याला खेचण्यासाठी कुणी शक्तीच अवतरल्याचं जाणवतं. जड अंत:करणाने पुढे चालू लागते. कधी काळी या गावात अनोख्या भावबंधाची बाग फुलली होती. पण त्याच बागेतील टवटवणारी फुले आज सुकून पडली होती. पानेही मलूल होऊन निस्तेज भासत होती. फळाफुलांनी बहरलेल्या वेली तिच्या स्वागतासाठी झेपावत होत्या, त्याच आज फितूर नजरेने तिच्याकडे पाहात होत्या. थंडाव्याची झुळूक देणारे कल्पवृक्ष पर्णहीन झाल्याने आगीच्या दाहक वर्षावाने तिला भस्म करीत होते. किलबिलणारी फुलपाखरेही आज फितूर झाली होती. गजबजलेल्या बागेत आज स्मशानवत शांतता होती. कुणाच्या तरी आगमनाच्या चाहुलीने फुलणारी जाई आज करपून गेली होती. तिलाही कळलं असावं, आज आपली वाट पाहणारं इथे कधी काळी कुणी तरी होतं. पण आज मात्र कुणीही नाही. ते आपलेपण, ती माणुसकीच्या गाभाऱ्यात हळुवार तेवणारी ज्योत काजळून फक्त अंधाराचं साम्राज्य पसरलं होतं.

कधीकाळीच्या स्मृती जाग्या झाल्या की, तिला शरीर अचेतन वाटायचे. आपण का? कशासाठी? कुणासाठी? कोणत्या ध्येयासाठी इथपर्यंत पोहोचलो? या विचाराने काळजावर आघात झाल्याचा भास व्हायचा. या आघाताची किमया मात्र ती एकटीच उघड्या डोळ्यांनी अनुभवत होती. खरचं, नियतीचेही किती खेळ असतात. ती माणसाला कशी मनसोक्त खेळवते. माणूसही तिच्या तालावर नाचतो, अन् नव्याने अशी चूक करायची नाही म्हणून खूणगाठ बांधतो. तीच चूक नियती नव्याने करायला लावते. उसवलेली धाग्याची गाठ मारण्याच्या प्रयत्नात ती असफल होऊन पराभव पत्करते. हरणे हा शब्द तिला मान्यच नसतो. पण आज मात्र ती पराभव पत्करून, निश्चल होऊन नियतीचं क्रौर्य पाहात होती. हरलेल्या योद्ध्यासारख्या सुन्न होऊन, पुन्हा परतीच्या वाटेवर पराजित होऊन.

पण नाही, एका अज्ञात शक्तीने तिच्या अंत:करणाला ललकारले, का गं हरलीस? हरणे हा शब्दच तू कधी काळी पुसून टाकला होतास. या पेक्षा घनघोर युद्धाला तू सामोरी गेली होतीस अन् या क्षुल्लक कारणासाठी तू हरतेस! अगं, दिव्याला काजळी आली म्हणून का कुणी दिवा लावायचे सोडते का? तो दिवा आपण पुन्हा पेटवतोच ना? शेवटी घिरट्या घालणारा किडाच त्यावर जळून जातो ना? अगं, तू केवळ स्त्री नाहीस. सृष्टीकरिता पृथ्वी आहेस. मग एका अमंगळ विचाराने स्वत:चा नाश करते का? हा तर तुझा अपमान ठरेल. दिव्याने दिवा पेटवला तरच सगळीकडे प्रकाश होईल. तू एक पणती असली तरी लाखो दिवे पेटवू शकतेस. अगं, सूर्याची पूजा केली नाही तर तो काही उदय होणे सोडतो का? समुद्राची स्तुती नाही केली तर तो काही आटतो का? पावसाच्या शुद्ध पाण्याबरोबर अनेक गटारेही नदीला मिळतात, पण ती तिचं पावित्र्य कधी सोडते का? झाडावर कुणी कुऱ्हाड चालवली म्हणून ते सावली देणं सोडतं का? फुलांना कुणी गोंजारलं नाही म्हणून ते सुगंध देणं सोडते का? पुन्हा तितक्याच जोमाने उमलते, सुगंध देते ना? मग तूही यातलीच एक समज अन् पुन्हा नव्याने एक शिकवण घे अन् तितक्याच जोमाने पुढे चालत रहा. नव्या दिशेच्या शोधात. कारण एक संकटाचा दरवाजा समोर असेल तर बाहेर पडण्याचे हजारो मार्गही सापडतातच. फेकलेली फुले पायदळी तुडवली तरी वर्षाऋतूने रोपटी होतात आणि पुन्हा बहरतात. तेव्हा पायदळी तुडविण्याचे भाग्यही काहींनाच लाभते अन् संधी निर्माण करते. तेव्हा तू पराजित न होता पराभवातून स्फूर्ती घे अन् ध्येयाचं स्फुल्लिंग तितक्याच विश्वासाने पेटव. आतापर्यंत आलेल्या अनुभवातून, घटनेतून जशी सावरलीस अन् नव्या दिशेचा शोध घेत, नवं क्षितीज निर्माण केलंस तसंच हे आवाहन पण स्वीकार आणि सज्ज हो पुढील वाटचालीस.....

**

नाव	:	श्रीमती बी. जी. अंबिलवादे
पत्ता	:	सर्वज्ञ निवास, अंबड रोड, नूतन वसाहतीच्या समोर, प्रयागनगर, जालना.
भ्रमणध्वनी	:	९९२११३६१८५
जन्मदिनांक	:	२४ मे १९६८.
शिक्षण	:	१९७९ मध्ये ४ थी पास, २००४ बी.ए., २००९ बी. जे. (वृत्तपत्रविद्या जनसंज्ञापन)
व्यवसाय	:	शासकीय नोकरी
प्रकाशित साहित्य	:	

मनिषा (काव्यसंग्रह, २००२)

मीच मला शोधते (कथासंग्रह, २००९)

स्पर्शाचं गाव (ललित लेखसंग्रह, २०१३)

पुरस्कार	:	विविध लेखनाला अनेक पुरस्कार प्राप्त झाले.
प्रसारण	:	नांदेड, परभणी, औरंगाबाद आकाशवाणी केंद्रांवर विविध विषयांवर भाषण, कथा, काव्यवाचन प्रसारित.
पुरस्कार	:	

* दलित साहित्य अकादमी, दिल्ली– सावित्रीबाई फुले पुरस्कार २००२

* महाकवी संत विष्णुदास काव्य पुरस्कार, माहूर २००३

* भारतीय बहुजन पँथर तर्फे पुरस्कार व सत्कार २००२.

* जनजागृती महिला प्रतिष्ठान तर्फे सेवाभावी पुरस्कार, २००४

* राष्ट्रवादी ग्रंथालयाचा २००५ चा जिल्हा पुरस्कार, मुंबई येथे आदिवासी विकास मंत्री ना. विजयकुमार गावीत यांच्या हस्ते व कविवर्य प्रा. फ. मुं. शिंदे, बी. जी. देशमुख यांच्या उपस्थितीत प्रदान.

* शब्दांकुर साहित्य संघ पुरस्कार, अकोला (२००७)

* शब्दांगार साहित्य परिषद, हिंगोली, साहित्य पुरस्कार २००८

* दै. गोदातीर समाचार दिवाळी अंक, नांदेड कथास्पर्धा पुरस्कार, २००८

* नांदेड महिला कर्मचारी संघटनेच्या वतीने महिला साहित्यिक

म्हणून डॉ. शोभा वाघमारे यांच्या हस्ते शाल, श्रीफळ व पुष्पहार देऊन सत्कार.

* बहुजन पँथर सघंटनेच्या वतीने शाल व श्रीफल देऊन जेष्ठ साहित्यिक गंगाधर पानतावणे, शेषराव मोरे यांच्या हस्ते सत्कार.
* 'होऊ आम्ही स्वयंसिद्धा' या पुस्तक प्रकाशन कार्यक्रमात सामाजिक कार्यकर्त्या डॉ. शोभा वाघमारे यांच्या हस्ते शाल, श्रीफल व पुष्पहार देऊन सत्कार.
* एम. घेणेकर लिखित चारोळी संग्रह 'हळवं मन' या पुस्तकाच्या प्रकाशनानिमित्त आयोजित कवी संमेलनात शाल, श्रीफल व पुष्पहार, प्रमाणपत्र देऊन सत्कार.
* श्री चक्रधर स्वामी वाचनालय, शेवाळाचा उत्कृष्ट साहित्य निर्मितीचा महदंबा पुरस्कार. २००९
* मिश्कीनशहाबाबा प्रकाशन, बोल्डाचा बिरसा मुंडा पुरस्कार, २००९
* लातूर येथील श्री. जमदाडे पुरस्कार. २०१०
* अंकुर साहित्य संघ, अकोला यांच्या वतीने दिला जाणारा बाजीराव कथासंग्रह पुरस्कार. २०१०

आवड : महिलांच्या समस्यांवर प्रासंगिक लेख, ललित लेख, कथा, कविता लिहिणे, काव्यवाचन, नवीन लेखकांच्या पुस्तकावर परिचय लिहणे.

सहभाग : अखिल महाराष्ट्र पत्रकार व पत्रलेखक संघ, मुंबई, इन्फोटेक फिचर, मुंबई सदस्य. महिला कर्मचारी संघटनेत सहभाग, विविध ठिकाणी संपन्न होणाऱ्या कविसंमेलनात सहभाग व प्रमाणपत्र.

***

www.ingramcontent.com/pod-product-compliance
Lightning Source LLC
Chambersburg PA
CBHW021449240626
47154CB00005B/1769
9789351170280